சுந்தர ராமசாமி கவிதைகள்

சுந்தர ராமசாமி கவிதைகள்

தமிழின் முன்னோடி எழுத்தாளர்களில் ஒருவரான சுந்தர ராமசாமி நாகர்கோவிலில் பிறந்தார். பள்ளியில் மலையாளமும் ஆங்கிலமும் சமஸ்கிருதமும் கற்றார். 1951இல் 'தோட்டியின் மக'னைத் தமிழில் மொழிபெயர்த்ததே முதல் இலக்கியப் பணி. 1951இல் புதுமைப்பித்தன் நினைவு மலரை வெளியிட்டார். இவரது முதல் கதையான 'முதலும் முடிவும்' அதில் இடம்பெற்றது. மூன்று நாவல்களும் பல கட்டுரைகளும் சுமார் 60 சிறுகதைகளும், பசுவய்யா என்ற பெயரில் கவிதைகளும் எழுதினார். 1988இல் காலச்சுவடு இதழை நிறுவினார்.

சுந்தர ராமசாமிக்கு டொரொன்டோ (கனடா) பல்கலைக்கழகம் வாழ்நாள் இலக்கியச் சாதனைக்கான 'இயல்' விருதை (2001) வழங்கியது.

வாழ்நாள் இலக்கியப் பணிக்காகக் 'கதா சூடாமணி' விருதையும் (2003) பெற்றார்.

சுந்தர ராமசாமி 14.10.2005 அன்று அமெரிக்காவில் காலமானார்.

மனைவி: கமலா. குழந்தைகள்: தைலா, கண்ணன், தங்கு.

(மூத்த மகள் செளந்தரா 1996இல் காலமானார்.)

சுந்தர ராமசாமியின் பிற நூல்கள்

சிறுகதைகள்

சுந்தர ராமசாமி சிறுகதைகள் (2006) (முழுத் தொகுப்பு)

அக்கரைச் சீமையில் (2007) (முதல் சிறுகதை வரிசை)

அழைப்பு (2003), பள்ளியில் ஒரு நாய்க்குட்டி (2008)

பல்லக்குத்தூக்கிகள் (2010), பள்ளம் (2012)

நாவல்கள்

ஒரு புளியமரத்தின் கதை (1966)

ஜே.ஜே: சில குறிப்புகள் (1981)

குழந்தைகள் பெண்கள் ஆண்கள் (1998)

குறுநாவல்கள்

திரைகள் ஆயிரம் (2008)

கவிதை

நடுநிசி நாய்கள் (2008)

விமர்சனம்/கட்டுரைகள்

அந்தரத்தில் பறக்கும் கொடி (2014) (தமிழ் கிளாசிக்)

ந. பிச்சமூர்த்தியின் கலை: மரபும் மனிதநேயமும் (1991)

இவை என் உரைகள் (2003)

வானகமே இளவெயிலே மரச்செறிவே (2004)

மனக்குகை ஓவியங்கள் (2011) (கட்டுரைகள் உரைக விவாதங்கள்)

வாழ்க சந்தேகங்கள் (2004) (கேள்வி - பதில்)

புதுமைப்பித்தன் கதைகள்: சு.ரா குறிப்பேடு (2005)

வாழும் கணங்கள்(2005) (படைப்புகளின் தொகுப்பு)

புதுமைப்பித்தன்: மரபை மீறும் ஆவேசம் (2006)

ஒரு கலை நோக்கு: ஆளுமைகள் தோழமைகள் (2019)

நேர்காணல்கள்

சுந்தர ராமசாம நேர்காணல்கள் (2011)

பிற நூல்கள்

மூன்று நாடகங்கள் (2006)

தமிழகத்தில் கல்வி (2000) (வசந்தி தேவியுடன் உரையாடல்)

இதம் தந்த வரிகள் (2002) (கு. அழகிரிசாமி - சுந்தர ராமசாமி கடிதங்கள்)

ஒரு தடா கைதிக்கு எழுதிய கடிதங்கள் (2006)

நினைவுக் குறிப்புகள்

ஜீவா (2003), கிருஷ்ணன் நம்பி (2003), க.நா.சு. (2003),

சி.சு. செல்லப்பா (2003), பிரமிள் (2005), ஜி. நாகராஜன் (2006),

தி. ஜானகிராமன் (2007), கு. அழகிரிசாமி (2011), தொ.மு.சி. ரகுநாதன் (2014),

ந. பிச்சமூர்த்தி (2016), நா. பார்த்தசாரதி (2016). கவிமணி (2019) மௌனி

வெ. சாமிநா சர்மா என்.எஸ். கிருஷ்ணன் (2019)

மொழிபெயர்ப்புகள்

செம்மீன் (1962) (தகழி சிவசங்கரப்பிள்ளையின் சாகித்திய

அகாதெமி பரிசுபெற்ற மலையாள நாவல்)

தோட்டியின் மகன் (2000) (தகழி சிவசங்கரப்பிள்ளை)

தொலைவிலிருக்கும் கவிதைகள் (2004)

சுந்தர ராமசாமி கவிதைகள்

தொகுப்பாசிரியர்
ராஜமார்த்தாண்டன்

காலச்சுவடு பதிப்பகம்

● அன்பார்ந்த வாசகருக்கு,

வணக்கம்.

காலச்சுவடு நூலை வாங்கியமைக்கு நன்றி.

நூலின் உள்ளடக்கம், உருவாக்கம், அட்டைப்படம் இன்ன பிற அம்சங்கள் பற்றிய உங்கள் கருத்துகளையும் ஆலோசனைகளையும் காலச்சுவடு வரவேற்கிறது. தகவல், எழுத்து, வாக்கியப் பிழைகள் தென்பட்டால் கட்டாயம் தெரிவித்து உதவுங்கள். நூல் தயாரிப்பில் கடும் குறைபாடு இருப்பின் மாற்றுப் பிரதி உங்களுக்குக் கிடைக்கக் காலச்சுவடு ஏற்பாடு செய்யும்.

மின்னஞ்சல்: publisher@kalachuvadu.com

காலச்சுவடு நாகர்கோவில் தலைமையகத்துக்கும் கடிதம் அனுப்பலாம்.

தங்கள்
எஸ்.ஆர். சுந்தரம் (கண்ணன்)
பதிப்பாளர் – நிர்வாக இயக்குநர்

சுந்தர ராமசாமி கவிதைகள் ❖ தொகுப்பாசிரியர்: ராஜமார்த்தாண்டன் ❖ © கமலா ராமசாமி ❖ முதல் பதிப்பு: டிசம்பர் 2005, ஒன்பதாம் பதிப்பு: ஜூலை 2023 ❖ வெளியீடு: காலச்சுவடு பப்ளிகேஷன்ஸ் (பி) லிட்., 669, கே. பி. சாலை, நாகர்கோவில் 629001

suntara raamasaami kavithaikaL ❖ Compiled by: Rajamarthandan ❖ ©Kamala Ramaswamy ❖ Language: Tamil ❖ First Edition: December 2005, Ninth Edition: July 2023 ❖ Size: Demy 1 x 8 ❖ Paper: 18.6 kg maplitho ❖ Pages: 232

Published by Kalachuvadu Publications Pvt. Ltd., 669, K.P. Road, Nagercoil 629001, India ❖ Phone: 91-4652-278525 ❖ e-mail: publications @kalachuvadu.com ❖ Printed at: Compu print Premier Design House, Chennai 600086

ISBN: 978-81-90752-30-5

07/2023/S.No. 144, kcp 4479, 18.6 (9) uss

பொருளடக்கம்

தொகுப்புரை

சுந்தர ராமசாமியின் முதல் கவிதையான 'உன் கை நகம்' சி.சு. செல்லப்பாவின் எழுத்து மூன்றாவது இதழில் (மார்ச் 1959) 'பசுவய்யா' என்னும் புனைபெயரில் வெளிவந்தது. அந்தப் பெயரிலேயே தொடர்ந்து கவிதைகள் எழுதி வந்தார்.

'உன் கை நகம் என்கிற கவிதை அவசியமான ஒரு இன்றைய சோதனை முயற்சி' என்று பாராட்டினார் க.நா. சுப்ரமண்யம் (எழுத்து, ஏப். 1959). ஆனால் வாசகர்கள் பலருக்கும் அந்தக் கவிதை ஜீரணிக்க முடியாததாக இருந்ததை சி.சு. செல்லப்பாவே குறிப்பிட்டுள்ளார். அதன் காரணம், கவிதைக்காக சுந்தர ராமசாமி எடுத்துக்கொண்ட விஷயம் மரபு சார்ந்த பாடு பொருள்களின் மீறலாக இருந்ததுதான்.

இந்தப் புதுமையின் தொடர்ச்சியாக ஆழ்ந்த வாழ்க்கைப் பார்வை, செறிவான – கச்சிதமான கவிதையமைப்பு, கேலியும் கிண்டலும் கலந்த அங்கதம், நுட்பமும் நூதனமும் கூடிய கவிதை மொழி, வாழ்க்கையின் அர்த்தம் சார்ந்த கேள்வி களை எழுப்பும் இடையறாத தேடல், காலந்தோறும் தன்னைப் புதுப்பித்துக்கொள்ளும் தன்மை என்று தீவிரமான இலக்கியப் பிரக்ஞையுடன் கவிதை எழுதியவர் சுந்தர ராமசாமி. கவிதையின் எண்ணிக்கையை விடவும் கவிதையின் தரத்தில் அக்கறை கொண்டிருந்ததால் குறைவாகவே எழுதியவர். எனினும், சிறு கதைகளில் போலவே கவிதையின் அமைப்பிலும் வெளிப்பாட்டு முறையிலும் மொழி நடையிலும் தொடர்ந்து தன்னைப் பரிசீலனைக்குள்படுத்தி வந்தவர்.

ஏற்கெனவே வெளிவந்துள்ள '107 கவிதைகள்' (பின்னட்டையிலுள்ள கவிதையையும் சேர்த்து 108 கவிதைகள்) தொகுப்பிலுள்ளவையும் காலச்சுவடு (டிசம்பர் 2005) இதழில் பிரசுரமான இரண்டு கவிதைகளும், அதன் முன்னும் பின்னும் 1993–2005 வரை எழுதிய கவிதைகளின் கரட்டு வடிவங்களும் தொகுக்கப்பட்டு சுந்தர ராமசாமியின் முழுமையான கவிதைத் தொகுப்பாக இது வெளியாகிறது. (அவர் உயிரோடிருந்த காலத்தில் தொகுப்பில் சேர்க்க விரும்பாத ஒருசில கவிதைகள் – நானறிந்த வரையில் நான்கு கவிதைகள் - இத்தொகுப்பிலும் சேர்க்கப்படவில்லை.)

○

'சுந்தர ராமசாமியின் கவிதைகள் அனுபவங்களை முதன்மையாகக் கொண்டு அவற்றின் சாரங்களைக் குறித்து விவாதிப்பவை. சமகாலத் தமிழ் வாழ்க்கை நிலைகளைச் சொல்லுபவை. சரி, ஆனால் அவற்றில் இடம், பருவம், கலாச்சார அடையாளங்கள் இடம் பெறுவதில்லை. விதிவிலக் காகக் 'கன்னியாகுமரியில்', 'தனுவச்சபுரம்' ஆகிய வெகுசில கவிதைகள். கவிதை என்பது கலாச்சார நிகழ்வு என்பதையும் மீறி மேலும் உயர்வான நடவடிக்கை என்று நம்பியிருந்தார் என்று எண்ணுகிறேன்' என்கிறார் சுகுமாரன்.

'சமகாலத் தமிழ் வாழ்க்கை நிலைகளைச் சொல்லுபவை' எனும்போதே, தமிழின் கலாசார அடையாளங்களையும் ஒருவகையில் அவை கொண்டிருப்பதாகவே கொள்ள முடியும். 'கன்னியாகுமரியில்', 'தனுவச்சபுரம்' போன்று வெளிப்படையாக அல்லாமல், வாழ்க்கைப் பார்வை சார்ந்தும் விமர்சனப் பார்வை சார்ந்தும் கலாசார அடையாளங்கள் சுந்தர ராமசாமியின் கவிதைகளில் மறைமுகமாக வெளிப்படவே செய்கின்றன. 'மூடுபல்லக்கு', 'காலம்', 'பின் திண்ணைக் காட்சி', 'கடலில் ஒரு கலைஞன்', 'சவால்' போன்ற கவிதைகளில் அவற்றை நாம் காணவியலும்.

இங்கு ஒரு விஷயத்தைக் குறிப்பிடுவது பொருத்தமாக இருக்குமென்று நினைக்கிறேன். கையெழுத்துப் பிரதியிலுள்ள கவிதைகளை இந்தத் தொகுப்பில் சேர்ப்பதற்காக அவருடைய நாட்குறிப்புப் புத்தகங்களைப் பார்வையிட்ட போது, 10.4.1996 தேதியிட்டு அவர் பின் வருமாறு எழுதியிருந்தார்: 'நாகர்கோவில் கவிதைகள் என்ற தலைப்பில் ஏன் நான் சில கவிதைகள் எழுதக்கூடாது? 1939இல் நான் நாகர்கோவில் வந்தேன். இப்போது 59 வருடங்கள் ஆகிவிட்டன. பழைய நினைவுகள் இருக்கின்றன. அவற்றின் சாரத்தைக் கண்டுபிடித்தால் என்ன?' ஏனோ அத்தகைய கவிதைகளை எழுதாமலேயே விட்டுவிட்டார் சுந்தர ராமசாமி.

'கவிதைக்கென்று காலம்காலமாக ஒதுக்கப்பட்டிருக்கும் பொருட்களை மிக எச்சரிக்கையுடன் அவர் புறக்கணித்திருக்கும் துணிவு தமிழில் எந்தக் கவிஞனுக்கும் இல்லாதது' என்கிறார் சுகுமாரன். கவிதைக்கென்று ஒதுக்கப்பட்டிருந்த பொருள்களுடன் கூடவே மரபின் கூறுகளையும் பிரக்ஞைபூர்வமாகவே தவிர்த்து வந்தார் சுந்தர ராமசாமி. எனினும் மரபின் மேலான பாதிப்பு சுந்தர ராமசாமி கவிதைகளில் உள்ளார்ந்த நிலையில் பிரதிபலிப்பதையும் நுட்பமான கவிதை வாசகர் புரிந்துகொள்ள முடியும்.

இதனால்தான், 'படைப்பு, மரபின் பாதிப்பைக் கொண்டிருக்கிறது. படைப்பாளியின் இயற்கையான வெளிப்பாட்டில் இந்தப் பாதிப்பு நிகழ்ந்துவிடுகிறது. படைப்பை உருவாக்கிய வாழ்க்கையின் பொதுமைக்கும், படைப்பாளியை உருவாக்கிய வாழ்க்கையின் பொதுமைக்கும் இணைப்பு இருப்பதால் மரபின் பாதிப்பு ஏதோ ஒரு வகையில் படைப்பாளியிடம் பிரதிபலிக்கிறது. ஆனால் மரபின் பாதிப்பு வேறு; மரபின் தொடர்ச்சி வேறு. மாறி வரும் வாழ்க்கையை மதிப்பிடும் படைப்பாளியின் விமர்சனம் அவன் படைப்புக்கும் மரபுக்குமான இடைவெளியை எப்போதும் தோற்றுவிக்கிறது. இடைவெளியின்றி தொடர்ச்சியாக மட்டுமே நிற்கும் படைப்பு புதிய குரலின் பதிவு அல்ல. புதிய குரல் அல்ல எனில் படைப்பும் அல்ல' என்று தெளிவாகவே சொல்லியிருக்கிறார் சுந்தர ராமசாமி. (ந.பிச்சமூர்த்தியின் கலை: மரபும் மனித நேயமும், பக். 28)

◯

'107 கவிதைகள்' தொகுப்பில் நேர்ந்துவிட்ட ஒரு சில எழுத்துப் பிழைகள் இந்தத் தொகுப்பில் சரி செய்யப்பட்டுள்ளன. அந்தத் தொகுப்பில் 'நடுநிசி நாய்கள்' கவிதையிலுள்ள ஓர் எழுத்துப் பிழை விபரீதக் கற்பனைகளுக்கெல்லாம் இடம் கொடுத்துவிட் டது. க.நா.சு., நகுலன் போன்றவர்களைச் சுந்தர ராமசாமி தன் கவிதைகளில் ஆபாசமாகக் கொச்சைப்படுத்தியிருப்பதாக சொல் புதிது (ஜூலை–செப் 2003) இதழில் கெ.கணேஷ் எழுதிய ஒரு கட்டுரை வெளிவந்தது. 'நடுநிசி நாய்கள்' கவிதையில், 'நாய்க்குத் தலை நரைக்கும் இடம்' காட்டிக் கொடுத்துவிடுகிறது என்று எழுதிய அந்தக் கட்டுரையாசிரியர், அதற்கு உதாரணமாக,

தலை வெளுத்ததும்
பாதையோரம்
குனிந்த தலை குனிந்தபடி

என்ற வரிகளை எடுத்துக் காட்டியிருந்தார்.

முதலில், கசடதபற மார்ச் 1973 இதழில் வெளிவந்த அந்தக் கவிதையில்,

> தரை வெளுத்ததும்
> பாதையோரம்
> குனிந்த தலை குனிந்தபடி...

என்றுதான் இருந்தது. 'நடுநிசி நாய்கள்' இரண்டாம் பதிப்பிலும் இவ்வாறேதான் இருந்தது. எப்படியோ '107 கவிதைகள்' தொகுப்பில் இப்படியொரு எழுத்துப்பிழை நேர்ந்து, அது சுந்தர ராமசாமி மீதான விபரீதக் கற்பனைகளுக்கெல்லாம் இட்டுச் சென்றுவிட்டது. அந்த எழுத்துப் பிழை இத்தொகுப்பில் சரி செய்யப்பட்டுள்ளது.

O

'107 கவிதைகள்' தொகுப்பில் உள்ள கவிதைகள் சிலவற்றுக்குச் சரியான தேதி, மாதம் குறிப்பிடப்படாமல் இருந்தது. இத்தொகுப் பில் ஒரு சிலவற்றுக்குச் சரியான தேதி, மாதம் குறிப்பிடப்பட் டுள்ளது. '107 கவிதைகள்' தொகுப்பில் இடம் பெற்றுள்ள 'நடு வழியில் மறித்த வயோதிகம்', 'தாகம்', 'என் நினைவுச் சின்னம்', 'ரிஷி மீது கவிழ்ந்த ஜுவாலை', 'அங்கு போக வழி' ஆகிய ஐந்து கவிதைகளின் கீழும் கொல்லிப்பாவை, 1987 என்று குறிப்பிடப்பட்டுள்ளவாறே இத்தொகுப்பிலும் உள்ளது. ஜனவரி 1987இல் வெளிவர வேண்டிய கொல்லிப்பாவை இதழுக்காகக் கொடுக்கப்பட்ட கவிதைகள் அவை. டிசம்பர் 1987 வரை கொல்லிப்பாவை இதழ் வெளிவராததாலும் (அந்த ஐந்து கவிதைகளுடன் கொல்லிப்பாவை இதழ் 1988இல்தான் வெளிவந்தது), அவ்வாண்டில் வெளிவந்த 'யாரோ ஒருவனுக்காக' தொகுப்பில் அந்தக் கவிதைகள் இடம் பெற்றிருந்ததாலும் அந்தத் தொகுப்பிலும், அதன் பின் வந்த '107 கவிதைகள்' தொகுப்பிலும் அக்கவிதைகளின் கீழ் 'கொல்லிப்பாவை 1987' என்றே குறிப்பிடப்பட்டது. குழப்பம் நேராதிருக்கும் வகையில் முன்பு போலவே இத்தொகுப்பிலும் அச்சிடப்பட்டுள்ளது. மூ இதழ்களைப் பார்வையிட்டு 'வாழும் கணங்கள்', 'இந்த நிழல்' கவிதைகள் வெளிவந்த மாதங்களைக் குறிப்பெடுத்து அனுப்பித் தந்தவர் சிபிச்செல்வன்.

O

'எழுத்துக்குக் கைப்பழக்கம் மிகவும் அவசியம். முடுக்கிவிட்ட யந்திரம் மாதிரி தானே ஓர் இடத்தில் வந்து நிற்கும். இது என் அனுபவம். இதுவரை நான் கையாண்டு வரும் இந்த முறை பிசகியதே இல்லை' என்பார் புதுமைப்பித்தன் (புதுமைப் பித்தன் கட்டுரைகள், ப.176). 'தான் தட்டும்விதத்தில் தட்டினால் எதிலும் நாதத்தை எழுப்ப முடியும் என்னும் அதீத நம்பிக்கை இது' என்பார் சுந்தர ராமசாமி. புதுமைப்பித்தனை

ஆதர்சமாகக் கொண்டு எழுத ஆரம்பித்த சுந்தர ராமசாமி, எழுதும் முறையில் அவருக்கு நேர்மாறானவர். உருவப் பிரக்ஞையில் அதீத கவனம் கொண்டவர். கவிதையில் தேவையில்லாத எந்தவொரு சொல்லும் இடம் பெற்றுவிடக் கூடாது என்பதில் கவனமாக இருந்தவர். படைப்புக்கு உழைப்பு முக்கியம் என்ற நம்பிக்கை கொண்டவர். எனவே, திரும்பத் திரும்பக் கவிதையில் தேவையான திருத்தங்கள் செய்து இறுதி வடிவத்தை உருவாக்கியவர். இன்றைய இளம் கவிஞர்களும் கவிதை வாசகர்களும் சுந்தர ராமசாமி எவ்வகையில் கவிதை எழுதினார், எத்தகைய திருத்தங்கள் செய்தார் என்பதை அறிந்துகொள்ளும் வகையில் சில கையெழுத்துப் பிரதிகளின் நகல்களும், அவற்றின் திருத்தப்பட்ட பிரதிகளின் நகல்களும் இத்தொகுப்பில் 'கவிதை உருப்பெறும் காட்சிக'ளாகச் சேர்க்கப்பட்டுள்ளன.

'என் இளமை நினைவில் ...' என்று தொடங்கும் நீண்ட கவிதையை மூன்று வடிவங்களில் எழுதிப் பார்த்திருக்கிறார். எனினும் கவிதை முழுமை பெறவில்லை. மூன்று வடிவங்களும் இத்தொகுப்பில் தரப்பட்டுள்ளன. சுந்தர ராமசாமி டயரிகளில் எழுதி வைத்திருந்த சில கவிதைகளும் இத்தொகுப்பில் சேர்க்கப்பட்டுள்ளன. '107 கவிதைகள்' தொகுப்பில் இடம் பெற்றிருந்த 'குருஜி', 'வருத்தம்' கவிதைகளின் முன் வடிவங் களின் நகல்களும் சேர்க்கப்பட்டுள்ளன.

சுந்தர ராமசாமி தனது டயரி ஒன்றில் 24.1.95 தேதியிட்டு, வயல் வெளியீடான 'அன்னா அக்மதோவா கவிதைகள்' (தமிழில்: எஸ்.வி. ராஜதுரை, வ. கீதா) தொகுப்பில் உள்ள 'சூரியனைப் பற்றிய நினைவு' என்று தொடங்கும் கவிதையை (கடைசி நான்கு வரிகள் நீங்கலாக) எழுதிவிட்டு, 'சு.ரா.' என்று எழுதியபின், 'என் துக்கத்திற்கு விடுமுறை இல்லை' என்று தொடங்கும் கவிதையை எழுதியுள்ளார்.

திருத்தப்பட்ட சில கவிதைப் பிரதிகளும்கூட அவருக்கு முழுத் திருப்தி தராததால் அவற்றை அவர் பத்திரிகை களுக்கு அனுப்பா மல் வைத்திருந்தார். தலைப்பிட்ட கவிதைகள் திருத்தம் செய்து முடிக்கப்பட்டவை என்றும் கொள்ளலாம் - தலைப்பில்லாமல் சுந்தர ராமசாமியின் எந்தக் கவிதையும் பிரசுரமாகவில்லை என்பதால். வாய்ப்பிருந்தால் சுந்தர ராமசாமி அந்தக் கவிதை களை மேலும் செம்மை செய்திருக்கக்கூடும் என்ற போதும் இப்போதுள்ள நிலைமை யிலும் அந்தக் கவிதைகளில் சுந்தர ராமசாமியின் ஆளுமை வெளிப்படவே செய்கிறது. பிரசுரமாகாத கவிதைகளில், எழுதிய தேதி குறிப்பிடப்பட்டுள்ள கவிதைகள் அந்த வரிசையிலும், தேதி குறிப்பிடப்படாத கவிதைகள் அதன் பின்னரும் இணைப்புப் பகுதியில் சேர்க்கப்பட்டுள்ளன.

கைப்பிரதியில் மட்டுமல்ல, பத்திரிகைகளில் வெளிவந்த பின்னரும், தொகுப்புகளில் இடம் பெற்ற பின்னருங்கூட சுந்தர ராமசாமி ஒரு சில கவிதைகளில் திருத்தங்கள் செய்தே வந்திருக்கிறார். அத்தகைய வெகுசில கவிதைகளில் ஒன்று 'கன்னியாகுமரியில்.' இந்தக் கவிதை சதங்கை (ஏப்.1975) இதழில் ஒரு விதமாகவும், பிரக்ஞை (ஏப்.1975) இதழில் இன்னொரு விதமாகவும், மேலும் செறிவாக்கப்பட்டு 'நடுநிசி நாய்கள்' தொகுப்பிலும் வெளிவந்தது.

கவிதையில் செறிவான - சிக்கனமான - இறுக்கமான வடிவ அமைப்பைப் பிரக்ஞைபூர்வமாகவே மேற்கொண்ட சுந்தர ராமசாமியின் கவிதை வெளிப்பாடு விமர்சகர்களால் கேள்விக் குள்ளாக்கப்படுவதுண்டு. சுந்தர ராமசாமியின் பிரக்ஞைபூர்வ மான செய்நேர்த்தி அவரது கவிதைகளுக்குக் கலாபூர்வமாக வலுவூட்டியிருக்கிறதா அல்லது இழுக்கச் செய்திருக்கிறதா என்பதை, 'கன்னியாகுமரியில்' கவிதையின் நான்கு விதமான உருவ அமைப்பை வைத்து வாசகர்கள் முடிவு செய்துகொள் வதற்காக, பிரக்ஞை, சதங்கை இதழ்கள் மற்றும் 'நடுநிசி நாய்கள்', '107 கவிதைகள்' தொகுப்புகளில் பிரசுரமான வடிவங்களில் அந்தக் கவிதை இங்கு தரப்படுகிறது:

கன்னியாகுமரியில்

தூரியாஸ்தமனத்தை
மறைத்தது ஒரு ஆட்டுக்குட்டி.

என்றும் மேகங்கள்
இன்று இது.

எனது கோணத்தை
சற்றே

நான் மாற்றிக் கொண்டால்
லாபம் ஒரு தூரியன்.

கோணமா ?
தூரியனா ?

சிந்தனையில் நழுவி,
வெளிப்பார்வை இழந்து
அறுபட்டு விழித்துத்
திடுக்கிட்டதும்,
நகர்ந்தோடியிருந்தது
அசட்டு ஆட்டுக்குட்டி
தூரியனைக் காணோம்.

பிரக்ஞை, ஏப்.75

இன்று
அபூர்வமாய்
மேகமற்ற வானம்
மிகப்பெரிய சூரியன்
ரத்தக் கலங்கல்.

எங்கிருந்தோ வந்து
என் பார்வையை மறைக்கிறது
இந்த ஆட்டுக்குட்டி

அசடு
அபோதம்
தன்னிலை அறியாதது
இடம் பெயர்வதா
நான்
அல்லது, நின்ற
நிலையில் நிற்பதா ?

மூளையில் தர்க்கித்து
அறுபட்டு விழித்ததும்
நகர்ந்தோடி யிருந்தது
ஆட்டுக்குட்டி

சூரியனைக்
காணோம்.

சதங்கை ஏப்.1975

இன்று அபூர்வமாய்
மேகமற்ற வானம்.
மிகப்பெரிய சூரியன்.
ஒரே ரத்தக் கலங்கல்.

எங்கிருந்தோ வந்து
சூரியாஸ்தமனத்தை மறைக்கிறது
இந்த ஆட்டுக்குட்டி.
அசடு
அபோதம்
தன்னிலை அறியாதது.

இடம் பெயர்வதா நான்
அல்லது,
நின்ற நிலையில் நிற்பதா ?

மூளையில் தர்க்கம்
அறுபட்டு விழித்ததும்
நகர்ந்தோடியிருந்தது ஆட்டுக்குட்டி.

சூரியனைக் காணோம்.

நடுநிசி நாய்கள்
முதல் பதிப்பு நவம்பர் 1975

'நடுநிசி நாய்கள்' பதிப்பில் இந்தக் கவிதையில் இடம் பெற்றிருந்த,

> இடம் பெயர்வதா நான்
> அல்லது,
> நின்ற நிலையில் நிற்பதா?

என்ற வரிகள், '107 கவிதைகள்' தொகுப்பில்,

> இடம் பெயர்வதா
> நின்ற நிலையில் நிற்பதா?

என்று மேலும் செறிவாக்கப்பட்டு, மெருகூட்டப்பட்டது. இந்த வடிவமே இத்தொகுப்பிலும் இடம் பெற்றுள்ளது.

○

சு.ரா. மறைவுக்குப்பின் *காலச்சுவடு* டிசம்பர் 2005 இதழில் வெளியிடப்பட்ட 'தலையில் சுள்ளிகளுடன் ஒரு கரிய நிறப்பெண்', 'சைக்கிளில் பூ விற்பவர்' (இவை 97, 98ஆம் ஆண்டுகளில் எழுதப்பட்டவை) ஆகிய இரு கவிதைகளும் இறுதி வடிவம் கொடுத்து, தட்டச்சு செய்து, பிரசுரத்துக்கு அனுப்புவதற்கான தயார் நிலையில் கோப்பில் வைக்கப்பட் டிருந்தவை.

காலச்சுவடு நவம்பர் 2005 இதழில் வெளியான, 'அந்தக் குழந்தையின் காலோசை என்னை அழைக்கிறது' என்று தொடங்கும் கவிதையே சுந்தர ராமசாமி கடைசியாக எழுதிய கவிதை - படைப்பு.

○

'நடுநிசி நாய்கள்' கவிதைத் தொகுப்பைக் 'கமலாவுக்கு'ம், '107 கவிதைகள்' தொகுப்பை 'அய்யனாருக்கும் முத்துப்பிள்ளைக் கும்' சமர்ப்பணம் செய்திருந்தார் சுந்தர ராமசாமி.

○

பசுவய்யா என்ற புனைபெயரிலேயே சுந்தர ராமசாமி கவிதைகள் எழுதிவந்தார். இதற்கு முன் வெளிவந்த தொகுப்புகளிலும் இந்தப் பெயரே பயன்படுத்தப்பட்டுள்ளது. 'தொலைவிலிருக்கும் கவிதைகள்' (மொழிபெயர்ப்புக் கவிதைகள்) தொகுதியின் முன்னுரையில், 'பசுவய்யா என்ற என் புனைபெயரில் வெளியாகியிருந்த இம் மொழிபெயர்ப்புகளை இப்போது என் இயற் பெயரிலேயே தருகிறேன். போதும் ஒரு பெயர் என்று தோன்றி விட்டது' என்கிறார் சுந்தர ராமசாமி. அவரது கவிதைகளின் முழுத் தொகுப்பை வெளியிடும் திட்டத்தைக் கடந்த ஆண்டு கண்ணன் அவரிடம் தெரிவித்தபோது பசுவய்யா என்ற பெயரை இனி பயன்படுத்த வேண்டாம் என்று

கூறியிருக்கிறார் சு.ரா. எனவேதான் இத்தொகுப்பு 'சுந்தர ராமசாமி கவிதைகள்' என்னும் பெயரில் வெளிவருகிறது.

◯

'107 கவிதைகள்' தொகுப்பில் இடம்பெற்றிருந்த சுந்தர ராமசாமி எழுதிய முன்குறிப்பும், 'நெய்தல்' அமைப்பின் சார்பில் 4.12.2005 அன்று நாகர்கோவிலில் நடந்த 'சுந்தர ராமசாமி (1931–2005): நினைவுகள் – மதிப்பீடுகள்' நிகழ்வில் சு.ரா.வின் கவிதைகள் குறித்து சுகுமாரன் வாசித்த கட்டுரையும் இத்தொகுப்பின் இறுதியில் சேர்க்கப்பட்டுள்ளன.

ராஜமார்த்தாண்டன்

உன் கை நகம்

நகத்தை வெட்டியெறி – அழுக்குச் சேரும்
நகத்தை வெட்டியெறி – அழுக்குச் சேரும்

அகிலமே சொந்தம் அழுக்குக்கு
நகக்கண்ணும் எதற்கு அழுக்குக்கு

'பிறாண்டலாமே – எதிரியைப்
பிறாண்டலாமே'

பிறாண்டலாம் பிடுங்கலாம்
குத்தலாம் கிழிக்கலாம்
ஆரத் தழுவிய
அருமைக் கண்ணாளின்
இடது தோளில்
ரத்தம் கசியும்
வலதுகை நகத்தை வெட்டியெறி – அல்லது
தாம்பத்ய பந்தத்தை விட்டுவிடு

தூக்கிச் சுமக்கும்
அருமைக் குழந்தையின்
பிஞ்சுத் துடைகளில்
ரத்தம் கசியும்
இடதுகை நகத்தை வெட்டியெறி – அல்லது
குழந்தை சுமப்பதை விட்டுவிடு

நகத்தை வெட்டியெறி – அழுக்குச் சேரும்
நகத்தை வெட்டியெறி – அழுக்குச் சேரும்

'குறும்பை தோண்டலாமே – காதில்
குறும்பை தோண்டலாமே'

குறும்பை தோண்டலாம்
குறும்பை தோண்டலாம்
குறும்பைக்குக் குடியிருப்பு
குடலுக்குக் குடிமாற்றம்
குருதியிலும் கலந்துபோம் – உன்
குருதியிலும் கலந்துபோம்

நகத்தை வெட்டியெறி – அழுக்குச் சேரும்
நகத்தை வெட்டியெறி – அழுக்குச் சேரும்.

எழுத்து மார்ச் 1959

கதவைத் திற

கதவைத் திற காற்று வரட்டும்

சிறகை ஒடி
விசிறியின்
சிறகை ஒடி.
விசிறிக்குள் காற்று
மலடிக்குக் குழந்தை

கதவைத் திற காற்று வரட்டும்

உணவை ஒழி
உடலின்
உணவை ஒழி
உணவில் உயிர்
நீருள் நெருப்பு

கதவைத் திற காற்று வரட்டும்

சிலையை உடை
என்
சிலையை உடை
கடலோரம்
காலடிச் சுவடு

கதவைத் திற காற்று வரட்டும்.

எழுத்து மே 1959

சுந்தர ராமசாமி கவிதைகள்

வாழ்க்கை

பாம்பைக் கண்டதும்
கல்லெடுத்தாய்
நான் கல்லானேன்

வாளைக் கண்டதும்
வில்லை வளைத்தாய்
வாளுறை யானேன்

மதயானை வந்ததும்
அலறி யடித்தாய்
வாலிலூரசல் பயின்றேன்

பின்னொரு நாள்
முச்சந்தியில்
சறுக்கி விழுந்து
செத்தேன் நான்

செத்துச் செத்துப்
பிழைத்தாய் நீ
வாழ்ந்து வாழ்ந்து
அழிந்தேன் நான்.

எழுத்து ஜூன் 1959

மேஸ்திரிகள்

பல்கலைக் கழகத்தின்
முன்னொரு தோட்டம்
திட்டினார் மேஸ்திரி
அதி அற்புதத் திட்டம்

திட்டம் விளைந்தது
தோட்டம் மறைந்தது
காட்சி தந்தது
மிருகக் காட்சிசாலை

தோட்டத்தில் மேஸ்திரி ஒருவரே
எண்ணத்தொலையுமோ உள்ளே?

எழுத்து ஆகஸ்ட் 1959

என் எழுத்து

காற்றைத் திரித்து நகத்தைக் கிழித்து விளக்கேற்றி
ஊனைக் கரைத்து உயிரைப் பிழிந்து எழுத்தாக்கி
நெஞ்சைக் குத்தி விரலைத் தோய்த்துப் படைத்தேன்

    திரியை எரித்தது விளக்கு
    விளக்கை அணைத்தது காற்று
    விரலையும் கரைத்தது குருதி

எனினும்
    என்னை அழிக்க யாருண்டு
    எழுத்தில் வாழ்பவன் அன்றோ நான்.

எழுத்து அக்டோபர் 1959

காலம்

மணியின் முள்ளில் காலமில்லை
காலமோ —
பருப்பொருளாய் நிமிர்ந்தெழுந்து
விழுதூன்றி வியாபகம் பெற்று
வானமுகட்டைச் சிரசிலேந்தி
எட்டுத் திசைச் சிப்பாய்களை
அக்குகளில் இடுக்கி
மாறி மாறி முலையூட்டி
அண்ட வெளியை
அடிவயிற்றில்
மடித்த காலின் முக்கோணக் குழிக்குள்
தொடைச்
சதையசைத்து உருளவைக்கும்
ராக்ஷஸ கூளி.

தத்துவக் கிழவன்
கண் திறந்து
கைலாகு பெற்றெழுந்து நின்று
நோக்கும் வெள்ளெழுத்துப் பார்வையில்
நாணி முகஞ்சிவந்து
கூசிக் குறுகி
தொட்டால் கரைந்துருகி
முகத்தெதிரே சூனியத்தை விட்டெறிந்து
கண்மங்கிய வேளையில்
மீண்டும் திரண்டெழுந்து
மரணத்தை ஏவி
நறுக்கென்று வினைமுடித்துக்
காரியம் காணும்
பொல்லாத கூளி.

  சுந்தர ராமசாமி கவிதைகள்

மாயை என்றான் சங்கரன்;
அல்ல மாயையும் அல்லவென்றான்.
அரவிந்தனோ லீலை என்றான்;
லீலைதானோ என்று கேட்டான்.
அறிந்தறிந்து
தத்துவப் பாகனையே கொல்லும்
யானை அது.
இடைவெட்டித் தோள் சிலுப்பி
கண்காட்டி சரசத்துக்கு ஒப்பி
கைவிரித்து அருகணைந்தால்
பராக்குக் காட்டிப் பார்வை திருப்பி
ஏய்த்துவிட்டு மறைந்தோடும்
கள்ளச் சிறுக்கி அது.

ஈரக்கட்டை செருகிய
அடுப்பாய்ப் புகையுது
அக்கினியைத் தேடியலைந்த
என் மனசு.

காலம் என்ற ஒன்று
யாளியின் வாய்க்குள்
விரலுணர
ஓசையெழ உருண்டோடும்
கண்ணுக்குப் படாத
கல் பந்து.

குறையாத ஜாடியினின்று
நிறையாத ஜாடிக்குள்
பார்வைக்குத் தெவிட்டாமல்
வில்லாய் வளைந்துவிழும்
விழுந்து கொண்டேயிருக்கும்
கட்டித் தேன்பெருக்கு.
தரைக்கே வராது
காற்றோடு மிதந்தோடும்
பூப்பந்து.

கிணற்றினுள்ளே
கண்ணுக்குப் புலனாகும்
நதியின் பிரவாகம்.

தேயாததையெல்லாம்
தேய வைத்து
தேய்மானம் ஒன்றே
தேயாதது என்று
தேய்ந்தும் தேயாது
கோலோச்சும்
தேய்மானத் தத்துவம்.

எனக்கோ
கடவுள் அளித்த ரஜா.

மரணவூரில்
ஆஜராகி வேலை ஏற்க
யான் பெற்ற
கால அவதி.

மணியின் முள்ளில் காலமில்லை;
அக்கினியைத் தேடி
அலைந்த மனதோ
அடுப்பாய்ப் புகையுது.

எழுத்து மார்ச் 1963

சுந்தர ராமசாமி கவிதைகள்

தேடல்

ஏன் இங்கு என்னை
நீ போ என்றாய்

நீ சொன்னபடிக்கு
நான் இங்கு வந்து
தேடிப் பார்த்தேன்
தேடிப் பார்த்தும்
அகப்படவில்லை

அகப்படவில்லை
என்று நான் சொல்லி
கண்ணீர் விட்டுக்
கதறி அழுதேன்

கும்பல் கூடித் துக்கம்
கேட்டது
தேடிய பொருளின்
பெயர் கேட்டு
நின்றது.

தேடிய பொருளின்
பெயர் நான்
அறியேன்.

பெயருள்ள பொருளையே
மண்ணவர் தேடுவர்
என்பதும் அறியேன்.

பெயரற்ற பொருளைத்
தேடிய எனக்குப்
பட்டம் கிடைத்தது
பைத்தியம் என்று.

தேடித் திரிவதில்
ருசிகண்ட நானோ
தேடி அலைகிறேன்
தேடி அலைகிறேன்.

மற்றொன்று செய்ய
மார்க்கம் அறியேன்
மன்னிக்க வேணும்
மன்னிக்க வேணும்.

எழுத்து ஏப்ரல் 1963

மந்த்ரம்

டயூப்லைட் சுந்தராச்சி உபயம்
குத்துவிளக்கு கோமுட்டிச்செட்டி உபயம்
உண்டியல்பெட்டி தெ.கு.வே. உபயம்
பஞ்சதிரி விளக்கு ஆண்டி நாடார் உபயம்
குண்டுச்சட்டி பால்பாயச உருளி த்ரிவிக்ரமன் நாயர் உபயம்
சூடன்தட்டு ரீஜென்று மகாராணி உபயம்
தகரடப்பா ஆறு நித்யானந்தா உபயம்
அலுமினியப் போணி வமு.சல.பெ.ம.
அரிகரபுத்திரன் செட்டியார் உபயம்
ஸ்க்ரு ஆணி நட்டு பட்டு அம்மாள் உபயம்
தீபத்தட்டு பெரியன் தாத்தாச்சாரி உபயம்
சின்னத்தட்டு ஒரு டஜன்
வைரங்குளம் மிட்டாதார் உபயம்

வைரங்குளம் மிட்டாதார்
    அவர் அப்பா உபயம்
அவர் அப்பா
    அவர் அப்பா உபயம்
அவர் அப்பா
    அவர் அம்மா உபயம்
அவர் அம்மா
    அவர் அப்பா உபயம்
அவர் அப்பா
அவர் அம்மா
அவர் அம்மா
அவர் அப்பா
நீ
நான்
அவள்
இவன்
அவன்
பூனை
புண்

பூ
புழு
பூச்சி
குண்டூசி
குத்தூசி
கடப்பாரை
லொட்டு லொடக்கு
எல்லாம்
ஸ்வாமி
உபயம்
ஸ்வாமி
சிற்பி
உபயம்

சிற்பி
        அவர் அப்பா உபயம்
அவர் அப்பா
        அவர் அப்பா உபயம்
அவர் அப்பா
        அவர் அம்மா உபயம்

அவர் அப்பா அவர் அம்மா
அவர் அம்மா அவர் அப்பா
எல்லாரும் ஸ்வாமி உபயம்

ஸ்வாமி
நம்ம உபயம்
நாம
ஸ்வாமி உபயம்
நம்ம பேரு சாமிமேலே
சாமி பேரு நம்மமேலே.

இலக்கிய வட்டம் செப்டம்பர் 1964

கொள்கை

மேற்கே
ரொமாண்டிசிஸம்
நாச்சுரலிஸம்
ரியலிஸம்
அப்பால்
இம்பிரஷனிஸம்
என் மனைவிக்குத்
தக்காளி ரஸம்

அப்பால்
ஸிம்பலிஸம்
கூபிஸம்
ஸர்ரியலிஸம்
மீண்டும்
வெறும்
ரியலிஸம்

அப்பால்
அதற்கும்
அப்பால்?
சொல்லும்
எட்மண்ட் வில்சன்
நீர் சொல்லும் கனிவாய்.
சொல்லும்
மிஸ்டர் பிரிச்செட்
நீர் சொல்லும்
தலையைகூர்ந்து

ஸாத்ரேக்கு
எக்ஸிஸ் –
டென்ஷலிஸம்
காமுவுக்கு
இன்னொன்று
பின்னால்
வேறொன்று,
காமுவின் விதவைக்கு
மற்றொன்று,
பிறிதொன்று
அவள் அருமைப்
பாட்டிக்கு.

கரடிக்குக் கம்யூனிஸம்
கதர்க் குல்லா சோஷலிஸம்
டாலர் ஹ்‌மனிஸம்
பீக்கிங்கு
என்ன ?
சொல்லும்
ஏ.ஐ.ஆரே
சொல்லும்
மிக விரைவாய்.

நாம் எல்லாம்
டமில் எழுத்தாளர்
நமக்கோ
பிளேஜியரிஸம்.

இலக்கிய வட்டம் செப்டம்பர் 1964

பந்தின் கதை

பலர் துரத்திப் பிடிக்க
சிலர் விரட்டிச் செல்ல
ஒருவன் வெட்டி எடுத்துப்
பக்கவாட்டில் தட்டிக் கொடுக்க
அனைவரும் விரைந்தோட
விரைந்தோடியவரில் ஒருவன்
விழுந்து உருள
ஒருவன் தூக்கிவிட
விசிலடிக்க
சிதறியோட
பலர் குவிந்து தாக்க
சுற்றிச்
சுழன்று
ஒருவன்
பிதுங்கி வர
பிதுங்கி வந்தவன்
ஓட்டமாய் ஓட

  சுந்தர ராமசாமி கவிதைகள்

கைதட்டல்
சவால்
எதிர்ச்
சவால்
கலகலப்பு
சிறு
கைகலப்பு
அதோ அதோ என
அடி அடி என
விடாதே விடாதே என
பலர் துரத்திச் செல்ல
அவன் கொண்டோடிச் செல்ல
சிலர் ஆர்ப்பரிக்க
சிலர் கைதட்ட
விசிலடிக்க
மீண்டும்
விசிலடிக்க
தலை தெறித்தோட
அட்டகாசம்
ஆர்ப்பரிப்பு
விசிலூத
திடுமென
எள்ளோசை
அமைதி.

விசிலடிக்க
மீண்டும்
அட்டகாசம்
ஆர்ப்பரிப்பு
கோலாகலம்
எல்லாம் ஆகி
கருக்கு இருட்ட
சிலர்
ஆ ஆ என
சிலர்
ஐயோ ஐயோ என
சிலர்
போச்சு போச்சு என
இடுக்கு வழி
நழுவிச் சென்றது
பந்து.

இலக்கிய வட்டம் செப்டம்பர் 1964

மூடுபல்லக்கு

மூடுபல்லக்கின்
உள்ளே இல்லை மங்கை.
ஒற்றைக் குதிரை வீரன்
வாளுருவி முன்னேக
பதின்மர் தோள்சரிய
ஈரக் கருமை
முதுகு படர்ந்து ஓடிவழிய
மேல் மூச்சு வாங்க
பின்குதிரை வீரன்
அந்தரத்தில் சொடுக்கி
துரிசம் கூட்ட
மூடுபல்லக்கின்
உள்ளே இல்லை மங்கை.

மான் கூட்டம்
மருண்டு மதியிழந்து நிற்க
இமைகள் விரிந்து
விழியோரம் கிழிய
நிமிர்ந்த நீள்செவிகள்
திசைதிசையாய்ச் சுழன்று வர
பாய்ந்தொன்று ஆரம்பம்கூட்ட
பதினாயிரம் பின்தொடர்ந்து ஓட
ராக்ஷஸ சிலந்தி
ஓரம் விட்டகன்றோடி
மையம் புகுந்து
காய்ந்து சுருங்க

தாழைக் காட்டோரம்
முயல்கள் பம்மிப் பதுங்க
புற்றுவாய் தோறும்
தென்றல் சுகித்திருக்கும்
மூக்குக் கண்ணாடிகள்
பின்னகர்ந்து உள்மறைய
பதின்மர் மூச்சுத் தெவங்க
ஓடிவரும் துளிகள்

தாடையோரம் முத்துமுத்தாய்க் கூடி
விளைந்து உதிர
ஒற்றைக் குதிரை வீரன்
புறங்கழுத்தில்
அகந்தை வீற்றிருக்க
சொடுக்கும் சவுக்கு
அதிகாரம் கெக்கலிக்க
மூடுபல்லக்கின்
உள்ளே இல்லை மங்கை.

அப்பாலுக்கு அப்பால்
அடிவானத்துக்கு அப்பால்
மலைமறைக்கும் திசையினிலே
பேருடம்பின் ஒக்கலிலே
மல்லாந்து சரியும்
குறும்புக் குதலையென
அந்தரத்தில் முன் பாய்ந்து
காலின்றித் தவஞ்செய்யும்
விதான மண்டபத்தில்
நிலவுக்குக் கைகாட்டும் கண்களுடன்
கால்பாவா நிலைநின்று
நிலைகொள்ளக் கதியின்றி
சரசம் மீதூர
குருதி அழுத்த
நாளங்கள் புடைக்க
கலவிக் களியாம்
நாடகத்தின் ஒத்திகைகள்
மனத்திரையில் விரிந்துவர
ஊதுவத்தி குறுகிவர
பொழுதும் தேய
பூக்கள் கட்டவிழ்ந்து புன்னகைக்க
பஞ்சணையில்
கவிழ்ந்து கண்புதைத்து
குளம்போசைக்குக்
குதித்தெழுந்து நின்
தெருபார்க்க நிலைகுத்தி
நிலைகுலையும் நிலைநிற்கும்
பீதாம்பரப் பெட்டகத்தான்
நின்று படபடக்க
மூடுபல்லக்கின்
உள்ளே இல்லை மங்கை.

ஒற்றைக் குதிரை வீரன்
வாளுருவி முன்னேற
சொடுக்கும் சவுக்கு
குதிகால்கள் புண்ணாக்க
அட்டகாசம் விசைகூட்ட
தோள்மாற்றித் தோள்மாற்றி
மேலேற்றம் கிடுபள்ளம்
புற்றரை
முட்காடு
வனாந்தரம்
வழிநீள வழிநீள
கால்பின்னக் கண்ணிருள
சொடுக்கும் சவுக்கு
புண்பிடுங்க
தெருத் தெருவாய்
கதவோரம் பெண்டிர்
ஒருக்களித்து ஊடுருவ
வயலோரம் உறங்கும்
தவளைக் கூட்டங்கள்
நீர்நிலை சாடிக் குதிக்க
வெட்டுக்கிளிகள்
திடலோரம்
தத்தி அகன்றோட
அரைமுடிக் குட்டிகள்
அதிசயம் பார்த்து நிற்க
சின்னஞ் சிறுவர்
வாடைக் காற்றில்
சுருங்கி உள்ளுறையும்
குஞ்சுக் கருமொக்கின்
கௌதுகம் காட்டி நிற்க
சொடுக்கும் சவுக்கு
குருதி குடிக்க
பின்வீரன் கொக்கரிக்க
மூடுபல்லக்கின்
உள்ளே இல்லை மங்கை.

பின்வீரன் கொக்கரிக்க
பீதாம்பரப் பெட்டகத்தான்
நின்றநிலை சரிய
பஞ்சணையில் உடல்புரள
பதின்மர் துவண்டாட
பூக்கள் வாட
எழும் நிலவு
கைகொட்டிச் சிரிக்க
புரவிகள் கால்சோர
பூ எள்ள
புகை எள்ள
சொடுக்கும் சவுக்கு
அறுந்து தொங்க
செம்பில் பாலாற
தூக்கு விளக்கின்
தீபச் சுடர்
பின்னிறங்கிச் செல்ல
கல்லொன்று விழ
மனக்குளத்தில்
வானத்துச் சித்திரங்கள்
மடிந்து மடிந்து கலைந்தாட
பீதாம்பரப் பெட்டகத்தான்
பொறை இழந்து ஆடிக் குதிக்க
மூடுபல்லக்கின்
உள்ளே இல்லை மங்கை.

தீபம் பிப்ரவரி 1966

அலைச்சல்

தேடி அலையாதே
அலைந்து திரியாதே
நாட்குறிப்பில்
'நாளை வாழ்வின் துவக்கம்' என
மீண்டும் குறித்தென்ன பயன்
குறித்த பொழுதெல்லாம்
துவங்காத வாழ்வு
மீண்டும் குறிக்கத் துவங்குமென
மதி மயங்கி
மீண்டும் நாளையெனத்
தவணையிட்டுப் பயனென்ன
வாழ்வுக்கு விதியில்லை
சாவுக்கும் தவணையில்லை.
உருண்டோடும் பந்தோ
பின்னோட உருண்டோடும்

உன்னுள்
சில கவலைகள் ஒரு சிரிப்பு
அண்டசராசரம் ஆயிரமாயிரம்
கருந்திரை முக்காட்டினுள்
பதுங்கி மறைந்திருக்கும்
அசல் தெய்வங்கள் ஒருகோடி ஒருகோடி
ஆனந்த விதைகள்
அத்தனையும் சுமந்து
பின்னும்
இங்கும் அங்கும்
துளிதேடி துளிதேடி

புண்தேடி முலைதேடி
பித்தலாட்ட இன்பங்கள்
பின்சென்று பின்சென்று
அலுப்புற்ற சித்தம்
அலுப்பின் ஆவரணங்கள்
அள்ளிப் புணர்ந்து
ஆனந்தக் கசப்புகள்
அள்ளிப் பருகி
மீண்டும் நாட்குறிப்பில்
'நாளை வாழ்வின் துவக்கம்' எனக்
குறித்தென்ன பயன்.

தேடி அலையாதே
அலைந்து திரியாதே
உருண்டோடும் பந்து
பின்னோட உருண்டோடும்.

எழுத்து மார்ச் 1966

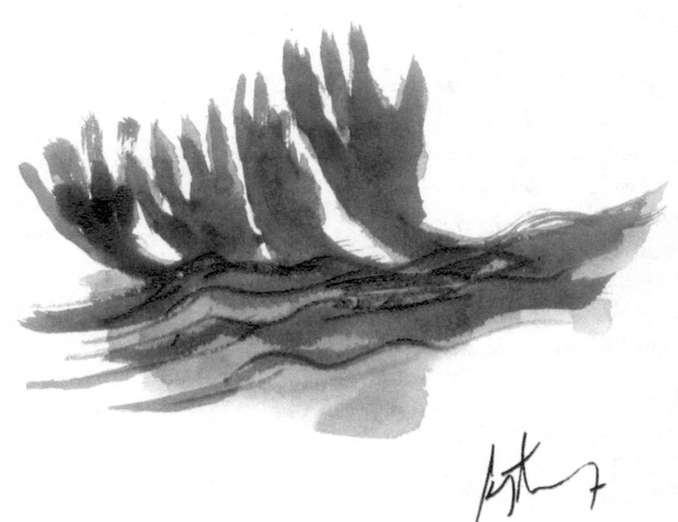

கடலில் ஒரு கலைஞன்

கடலோரம்
அலை ஓயக்
காத்திருந்தான்
ஒருவன்.

பின்னர்
கடலலைகள்
ஓயா நிலை கண்டு
தன்னுள்
ஆழக் குழிக்குள்
நுரை கக்கும்
அலைகள்
பல அடக்க
கடலோரம்
காத்திருந்தான்
நெடுங்காலம்.

நெடுங்காலம்
காத்திருந்தும்
கடலலை ஓயா
நிலை கண்டு
ஆசை அலை ஓயத்

தவஞ்செய்தான்.
ஆசை அலை ஓயக்
காம அலை ஓய
எண்ண அலை ஓயத்
தவஞ்செய்தான்.

எண்ண அலை ஓய
நான் எனும்
அகந்தை அலை
அழிந்தொழிய
அவனும்
செத்தொழிந்து
மறைந்தான்.
கடலலையோ
அன்றுபோல்
இன்றும்
நான் நான் என
அகங்கரித்து
நான் நான் என
ஓயாது அரற்றி
நிமிர்ந்தெழுந்து
இருப்பிடம் காட்டி
தன்னில்
தான் கரைய மறுத்து
உருண்டு திரண்டு
கரையேற முன்னி
கரங்கள் ஆயிரமாய் வீசி
படையணிகள் பலவகுத்து
பத்திகள் பலப்பலவாய் விரித்து
சீறிச் சுருண்டு
கரைபிடிக்க உன்னி
பள்ளம் பின்னிழுக்க
நேசப்படை நடுவழியில்
பின்திரும்பி மோத
வேகம் இழந்தும்
மனஞ்சோர மறுத்து
நம் பாதம் அணைய
விரைந்து தவழ்ந்தேறி
நீசக்கரை வாங்கும் வாங்கில்

கபோலம் விடலாய்ச் சிதற
சதகோடி முத்தாய்
சிந்திச் சிதறி
தன்னில் தான் கரையும் வேளை
பொசுக்கென வீசும் காற்றின்
முதுகுபிடித் தெப்படியோ ஏறி
குடைந்தெழுந்து
உருண்டுதிரண்டு உருவங்கொண்டு
தன்முகங் காட்டத்
துடிதுடித்து
வாழத் துடிதுடிக்கும்
அலையே
நீயும் நீரே.

எனினும்
உன்னில் கரைந்த
உப்போ
வெறும் உப்பே.

எழுத்து மே 1966

சவால்

நோவெடுத்துச் சிரம் இறங்கும் வேளை
துடைகள் பிணைத்துக் கட்ட
கயிறுண்டு உன் கையில்.

வாளுண்டு என் கையில்
வானமற்ற வெளியில் நின்று
மின்னலை விழுங்கிச் சூழுறும்
மனவலியுண்டு.

ஓய்ந்தேன் என மகிழாதே
உறக்கமல்ல தியானம்
பின்வாங்கல் அல்ல பதுங்கல்.

எனது வீணையின் மீட்டலில்
கிழிபடக் காத்துக் கிடக்கின்றன
உனக்கு நரையேற்றும் காலங்கள்.

எனது கொடி பறக்கிறது
அடிவானத்துக்கு அப்பால்.

அஃக் நவம்பர் 1972

ஆந்தைகள்

ஆந்தையை நான் பார்த்து
ரொம்ப நாளாச்சு—
அந்த ஒரிஜினல் ஆந்தையை.

இருந்தாலும் அடிக்கடி
அடிக்கடி இல்லையென்றாலும்
அவ்வப்போது, இல்லை அடிக்கடியே
மண்ணாந்தைகள் எதிர்ப்படுகின்றன.
உண்மைதான் மறுக்கவில்லை.

சாலையைக் குறுக்காகத் தாண்ட
நான் விரையும்போது
குறுக்கிட்டுத் தாண்டி எதிர்ப்படுகின்றன
இம் மண்ணாந்தைகள்.

குறுக்கிட்டுத் தாண்டும்
இம் மண்ணாந்தைகள்
என் கனவுகளில் உட்புகுந்து
கலாட்டா செய்து
எனது ஸ்கலிதத்தில் வெளிப்பட்டு
துடைகளைக் கடிப்பதால்
இப்பொழுதெல்லாம் நான்
கனவுகள் இன்றியே
காலம் கழிக்கிறேன்.

என்னதான் சொன்னாலும்
இம் மண்ணாந்தைகள்
பாத்ரூம் கதவைத்
தாழிட்டுத் திரும்பியதும்
குழாய்களின் அடியில்
படுத்துக் கிடப்பது
பயமாய் இருக்கிறது.

எனது அருமை நண்பன்
தனிமைக் கிடங்கில் என்னைத்
தள்ளிவிட்டு மறைந்ததும்
இம் மண்ணாந்தைகள்,
என் மனத்தில் புகுந்து
என்னைக் கட்டிலில் சரிக்கின்றன.

கொட்டும் மழையில்
மழைத்துளி பிடித்து
பாரசூட்டுப் போல்
வழுக்கி இறங்கி
கண்கொட்டிப் பார்க்கையில்
ஒன்று பத்து லட்சம் கோடியென
மைதானத்தில் பெருகி
தோல்குடை பிடித்து
மலையடிவாரம் நோக்கி
இம் மண்ணாந்தைகள்
நகர்ந்து செல்வதை
என்றுமே பார்க்கிறேன்.
என்றாலும்
இவையனைத்தும்
சுப்ரபாதத்திற்குப் பின்
ரேடியோ பெட்டியுள்
எவ்வாறு புகுந்தன என்பது
அறியாது விழிக்கிறேன்.

இவ்வாறெல்லாம் நாட்களைக்
கடத்திச் செல்கையிலும்
பொல்லாப்பு வேண்டாமென
நான் ஒதுங்கியும் உறங்கியும்
விதியைத் தீர்க்கையிலும்
இம் மண்ணாந்தைகள்
அவ்வப்போதும் அடிக்கடியும்
இல்லை எப்பொழுதுமே என் முன் வந்து
ஈன சுரம் காட்டி
சிறிது நகைத்து
எச்சமிட்டு
தாரா போல் கத்தி
தாரா போல் தத்தித் தத்தி
வெகுவேகமாய் விரைந்து
டிராபிக் சிக்னலுக்கு நின்று
பச்சை விழுந்ததும் பாய்ந்து முன்னேறி
மலையடிவாரம் நகர
வேட்டியை உதறிக் கட்டுகையில்
புசுபுசுவென வெளிப்பட்டு
மீண்டும் என் முன் நகைத்து
எச்சமிட்டு நகர்கின்றன.

எனினும் ஆந்தையை நான் பார்த்து
ரொம்ப நாளாச்சு.
அந்த ஒரிஜினல் ஆந்தையை.

அஃக் நவம்பர் 1972

பின் திண்ணைக் காட்சி

துளசி
மகத்துவ இலைகளுடன்
தென்றலுக்குக் குலுங்குகிறது
மகத்துவமாய்க் கழியும் அதன் நாட்கள்

இரண்டு சொட்டு எண்ணெய்க்கு
இக்கிணற்றின் நாட்டு ராட்டு
எடுத்து வரும் ஓலம்
காற்றில் கரைகிறது

ஓட்டை வாளி
உலர்ந்த கிணற்றடியில்
ஈரம் பண்ணி அதன் மேல்
தொப்பென்று சரிந்திருக்கும்
ரோகக் கிழவிபோல்...

பானை நிமிர
சுடுசோறு சிப்பில் ஏந்தி
படியிறங்கி வந்த கரங்கள்
காலம் மென்றது அறியாத
குருட்டுக் காகங்கள்
பாத்ரும் கூரையில் காத்து
இடம் மாறி அலுக்கின்றன

நாட்டு ராட்டுக்கு எண்ணெய் இல்லை

கொடித் துணிகளுக்குத் தெரியும்
அவை படும் அலைக்கழிப்பு
கொடிக் கம்பிக்கும் கொஞ்சம் தெரியும்

துளசி
மகத்துவ இலைகளுடன்
இளைய ராணிபோல்
பீடத்தில் கொலுக்கொண்டு
தென்றலில் குலுங்குகிறது.

அஃக் நவம்பர் 1972

காற்று

காற்று கதவைத் தட்டும்
முட்டும்
தாழிட்டதில்லை.

ஒருக்களித்த கதவுகள்மீது
ஆங்காரம் கொள்ளும்
திற அல்லது மூடு
எனக் கத்தும்.

எனினும் தூசி போர்த்தும்
நெடுகிலும் பரப்பும்.

எனது பெயர்
உக்கிரப் பெருவழுதி
எனக் கூறிச் செல்லும்.

சருகு உதிர்க்கும்
எனினும் தளிர் ஒடிக்கும்.

மூட ஜென்மம்.

எனினும் குருவிகளை முத்தமிடும்
அதிர்ஷ்டம் கொண்டது.

கசடதபற மார்ச் 1973

நடுநிசி நாய்கள்

இந்த நடுநிசி நாய்கள்
இருள் விழுங்குகையில்
தொண்டையில் சிக்கிக்
கத்திச் சாகின்றன.

தரை வெளுத்ததும்
பாதையோரம்
குனிந்த தலை குனிந்தபடி
மோப்பக் காற்றில் தூசிபறக்க
சாபத்தின் ஏவல்போல்
மனித மலங்கள்
தேடித் திரிகின்றன.

கறுப்பு விதைகாட்டி
பிட்டி சிறுத்துக் குலுங்க,
வெட்கம் கெட்டுத்திரியும்
இந் நடுநிசி நாய்களுக்கு
ஓய்வில்லை;
உறக்கமும் ஓய்வாக இல்லை.

கைஉயர்த்திப் பாசாங்கு காட்டும்
பள்ளிச் சிறுவனிடம் பயங்கொண்டு
இந் நடுநிசி நாய்கள்
பின்னங் காலிடை நுழையும் வாலை
வாய்கொண்டு பற்றி இழுத்து
பயங்கொண்டு வால்தின்று சாகின்றன.

முற்பகலில் மனம் மூட்டமடைய
நினைவுகளால் துக்கம் தேக்கி
சிறிது வலுச்சண்டை கிளப்பி
கடித்துக் குதறி
ரத்தம்கண்டு ஆசுவாசம் கொள்கின்றன.

பிற்பகல் ஒளிவெள்ளம்
பார்வையைத் தாக்க
இலைகளின் நிழல்கள் முதுகில் அசைய
சற்றே கண்மயங்கிக் கிடக்கின்றன.

மாலையில் கண்விழித்து
நால்திசையும் பார்வை திருப்பி
உறக்கத்தில் சுழன்ற உலகம் மதித்து
எழுந்து சோம்பல் முறித்து நீட்டி நிமிர்ந்து
தேக்கிய சிறுநீர்
கம்பந்தோறும் சிறுகக் கழித்து
ஈக்கள் மேல்வட்டமிட்டுப் பின்தொடர
மாலை நடை செல்கின்றன.

அந்தியில் புணர்ச்சி இன்பம்
(ஒரு தடவை அல்லது இரு தடவை)
மீண்டும் நடுநிசியில் இருள் விழுங்கித்
தொண்டை சிக்கக் கத்தல்.

கசடதபற மார்ச் 1973

ஆசுவாசம்

முட்டையிடும் கூண்டில் எச்சமிடும் கழுகு ஒன்று
என் புத்தக அலமாரியைக் குடையும்
உலகச் சிக்கல்களுக்கு ஆயத்த மருந்துகள் கூறும்
இருமும் பொடி மண்ணில் சுருளும் கபம்
முல்லை மொக்கெனக் கண்டு மகிழும்
நெஞ்சின் கூடைப் பின்னலை
தவம் தந்த பரிசெனக் கூறும்
உலகம் சரிந்ததில் விசனம் பேசும்
எலும்புக்கரப் பழைய பிரதிக்ஷௌ மீண்டும் எழுப்பும்
இருமி விடைபெற்றுச் செல்லும்
என் அறையும் பெருமூச்சுவிட்டுப் புரண்டு படுக்கும்.

சோதனை ஏப்ரல் 1973

கண்ணாடிமுன்
கடவுளையும் சேர்த்து ஒரு புகார்

என் மனம் என் முகம் நக்க
கன்றின் குறியைத் தாய் நாக்குபோல்
நக்கி அடிமடி எக்களித்துச் சுகங்காண
கிளுகிளுப்பு கால் இழுக்க
எத்தனைதரம் உன்முன் நகர்த்தப்பட்டேன்

இப்பொழுது அதற்கு அல்ல.

உலர்ந்த என் முகம் வெளிப்படும் சலிப்பில்
ஸ்புரித்தது 'இருக்குமே உனக்கும் ஒரு முகம்'
எங்கே அது
என் பிம்பத்தின் பின்னிலா
நான் இன்றி உன்னைக் காண ஒரு ஆசை.
உன் முகம் காண விழையும் என் முகமே
உன் முகம் மறைக்கும் விசித்திரக் கொடுமை.
நீதான் பளிங்கு எனில்
மரமும் கடலும் குருவிகளும் நட்சத்திரங்களும்
வால்துடிக்கக் கத்தும் அணிலும் புணர்ச்சியும்
கணக்கும் கருத்தும் தமுக்கின் ஓசையும்
என் முன் என் முகம் கக்குவது ஏன்?
என்று ஆடை உரித்து
அம்மணம் பற்றும் என் பார்வை.

கசடதபற ஏப்ரல் 1973

பிரமைகள்

சில சமயம் யானையின் சங்கிலி ஒலை நடுநிசியில் எழுப்ப
கண்ணைனைப் புரட்டித் தூக்கித் தெருவாசல் இறங்கி
ஓசை நெருங்கிக் கண்ணீருற்று விலகித் தேய
ஏதும் காணாமல்
'எதற்கு அப்பா' எனும்
கேள்விக்கும் பதில் தெரியாது விழிப்பேன்.
சில சமயம் இன்று ரோஜா பூத்திருக்குமென
கண்விழித்ததும் நினைவில் நிச்சயமாய் மின்ன
கட்டிய பாத்தியின் வெறுமை காட்சியைத் தாக்க
நினைத்துக் கடத்தியதன்றி
ஊன்றாத செடியை நினைவும் கொள்ள
விசனித்துத் திரும்புவேன்.

சில சமயம் மனத்தில் பால் கொதிக்க
தேடிப் பின்கட்டு சென்று
மூடிய பாத்ரும் கதவுமுன்
அசைவில் பிசுபிசுக்கும்
ஈரத்துணி ஈர்ப்பு மனநிழலாட
கொட்டும் நீரின் ஒசைக்குச்
செவிதந்து காத்திருப்பேன்.
காற்றும் கதவைத் திறக்க
உலர்ந்த தரையும் வெளிப்பட்டு நிற்க
ஏதோ விதம் வருவாள் என
அப்போதும் நினைப்பதன்றி
பிரிவுற்றது நினைவுகொள்ள மறுக்கும்.

ஞானரதம் ஏப்ரல் 1973

தெருப் பாராக்காரருக்கு

எல்லாம் அறிந்திருந்தும்
ஏதும் அறியாதவர்போல்
இன்றும் விடாது விசிலூதி
ஜன்னலோரம் என் முகம் காண
மல்லுக்கு நிற்பதேன்
என் அறையில் பின்னிரவில்
விளக்கெரியத் தொடங்கி
காலங்கள் கொஞ்சமா ஆச்சு

விழித்தல் உமக்குப் பிழைப்பு
எனக்கோ விதி.

பின்னிரவில்
இச் சாய்வு நாற்காலியில்
புகைப்பெட்டி காலியாதல்
கோழி கூவுதல்
இவற்றில் முந்துவதைக் கெடு வைத்து
என்ன என்ன விசாரங்கள்...

...கொஞ்சம் கலை
மனத்தில் நிழலாடும்
நடை அசைவில்
எப்போதோ கண்ட
நெளியும் பின்னல்கள்.

மனத்தின் பேரண்ட வெளியில்
கிறுக்குச் சிலந்தியின் பின்னல் வலைகளை
மூளைக் கண்டில் சுற்றத் தெரியாது விழித்தல்.
வழிந்தோடும் வார்த்தைகளைக்
காகிதத்தில் ஏந்துகையில்
ஓரம் வழிந்து பின் படர்ந்து போதல்
முத்தம் ஏற்க நாவுணர்ந்த நஞ்சு
கை குலுக்கியவன் அறுத்தெடுத்த விரல்கள்
இவ்வாறு,
ஒரு சீதளம் ஓராயிரம் வெப்பங்கள்
மருகி மனம் நோக
வாய் புகைய, கோழியும் கூவ...

எல்லாம் அறிந்திருந்தும்
நீர் ஏதும் அறியாதவர் போல்
மல்லுக்கு நிற்பதேன்.

ஞானரதம் டிசம்பர் 1973

எனது தேவைகள்

கொஞ்சம் முகம் பார்த்துத் தலைசீவ ஒரு சந்திரன்
லோஷன் மணக்கும் பாத்ரூம்
என் மனக்குதிரைகள் நின்று அசைபோட ஒரு லாயம்
என் கையெழுத்துப் பிரதியில் கண்ணோட
முகங்கொள்ளும் ஆனந்தச் சலனங்கள்
நான் காண ஒரு பெண்
சிந்திக்கையில் கோத ஒரு வெண்தாடி
சாந்த சூரியன்
லேசான குளிர்
அடிமனத்தில் கவிதையின் நீரோடை.

ஞானரதம் டிசம்பர் 1973

நான் கண்ட நாய்கள்

சில நாய்கள்
வேளைகெட்ட வேளைகளில் உறங்கும்.

சில நாய்கள்
ப்ளுக்கெனக் கக்கி
அக் கக்கலை
அதி சுவாரஸ்யமாய் நக்கித் தின்னும்.

சில நாய்கள்
புட்டிப் புண் ஈக்கள் லபக்காக்க
முக்கி முதுகு வளைத்தும்
வாய்க்கு எட்டாது நகர்ந்தோடும்
புட்டியின் ஜாலம் புரியாது சரியும்.

சில நாய்கள்
இருந்த இருப்பில்
கத்தத் தொடங்கி
நிறுத்தத் தெரியாமல்
அக்கத்தலில் மாட்டிக்கொண்டு சுழலும்.

கொடும் வெயிலில்
சில நாய்கள்
பெண் துவாரம் தேடி அலைந்து
ஏமாந்து
பள்ளிச் சிறுமிகளை விரட்டும்.

இவ்வாறு
இவ்வாறு
இவ்வுலகில்
நான் கண்ட நாய்களின் சீலங்கள்
வாலுக்கு ஒரு விதம்.

என்றாலும்
உண்ணும் உணவில் குறுக்கிட்டால்
பட்டெனப் பிடுங்குவதில்
இவையெல்லாம்
நாய்கள்.

ஞானரதம் டிசம்பர் 1973

தவறாய்

தவறாய்
ஒரு பிரிவுக்கு ஏற்பாடாயிற்று.

தவறாய் தலைவரும் விளித்து விட்டார்.
எழுந்தும் நின்றாயிற்று தவறாய்.

தவறாய் பிரிவுக்கு வருந்திப் பேசிவிட்டார்.
தவறாய் கரங்களும் குவியத் துடிக்கின்றன.

தவறாய் என
இப்போது எப்படிச் சொல்வேன்.

பேசினால் போய் விடுவீர்
தழுதழுத்தாலும் அப்படியே.

எனக்கோ
பிரிந்த பின் போக இடமில்லை;
சேர உறவு இல்லை;
செய்யக் காரியம் எதுவுமில்லை.

இதுவே,
இவ்வுறவே என்றும்
என்றுகூட எண்ணாமல்
அதுவாய், அதுவாய்
காலம் எல்லாம் கழித்தாயிற்று.

தவறாய் என
இப்போது எப்படிச் சொல்வேன்.

தவறாயிற்று எல்லாம்.

சதங்கை ஜனவரி 1975

சுந்தர ராமசாமி கவிதைகள்

கடல் சிரித்தது

கல்லும் பிராணன் இழுத்து
மேலெழுந்து பறந்தது.

அலைகள் பாதம் முளைத்துக்
கரையேறி வந்தன.

திசுக்கள் பரிணமித்து
வேதங்கள் கோஷித்தனர்.

மூளைச் சுடரின் அங்குசம்பட்டு
பிளிறி எழுந்தன யானைகள்.

மின்னலும் மழையும்
பின்பக்கம் நின்றன.

அத்தனையும் முடிந்து
ஒரு விசும்பல் எழுந்தது.

ஏன் என்றது வானம்
நான் யார் என்று கேட்டது
மண்ணில் ஒரு குரல்
கடல் சிரித்தது.

சதங்கை பிப்ரவரி 1975

கொஞ்சம் விச்ராந்தியாய் இரு

நண்ப,
என்று நடைபெறும்
நீ சதா எதிர்பார்த்து
ஆயத்தங்கூட்டி இயங்கும்
அம் மாபெரும் விசாரணை.

நண்ப,
எப்போதும் உனக்குக்
காரியமாற்ற ஒரு சாட்சி
சிந்திக்கக் காகிதம்
பேச ஒலிப்பதிவுக் கருவி.

பரிசுத்தப் பேருண்மையை
முடிவில் கடைந்தெடுக்கும்
மத்து எங்குள்ளது.

மருத்துவச் சான்றுபெற்று
பின் இருமுதல்
எப்போதும் சாத்தியமா.

கொஞ்சம் இருமு
குற்றமில்லை
கொஞ்சம் தனித்திருந்து அழு
குற்றமில்லை.

சும்மா இருந்து,
சுவடு பதியாமல் நடந்து
மௌனமாய்ச் சிந்தித்து
சமன் சற்றேனும் குலைக்காமல் ...

நண்ப,
கொஞ்சம் விச்ராந்தியாய் இரு.

சதங்கை மார்ச் 1975

கன்னியாகுமரியில்

இன்று அபூர்வமாய்
மேகமற்ற வானம்
மிகப்பெரிய சூரியன்
ஒரே ரத்தக் கலங்கல்.

எங்கிருந்தோ வந்து
சூரியாஸ்தமனத்தை மறைக்கிறது
இந்த ஆட்டுக்குட்டி
அசடு
அபோதம்
தன்னிலை அறியாதது.

இடம் பெயர்வதா
நின்ற நிலையில் நிற்பதா?

மூளையில் தர்க்கம்
அறுபட்டு விழித்ததும்
நகர்ந்தோடியிருந்தது ஆட்டுக்குட்டி.

சூரியனைக் காணோம்.

சதங்கை ஏப்ரல் 1975

ஆளற்ற லெவல் கிராஸிங்கில்

ஆளற்ற லெவல் கிராஸிங்கில்
விபத்துகள் அதிகம்
(முன்னை விடவும்)

ஏனெனில்
ஆளற்ற லெவல் கிராஸிங்கில்
ஆளில்லை
லெவல் உண்டு
குறுக்கே தாண்ட தண்டவாளம் உண்டு
எனினும் சாத்தக் கதவுகள் இல்லை
மணியில்லை.
சிவப்பு விளக்கில்லை.

ஆளற்ற லெவல் கிராஸிங்கில்
விபத்துகள் அதிகம்
(முன்னை விடவும்)

ஏன் முன்னை விடவும் எனில்
நேற்று வரை நீ தாண்டி நான் தாண்ட

இன்று உனக்கு முந்தி நான் தாண்ட
    உனக்கு முந்தி அவனுக்கு முந்தி
    இவனுக்கு முந்தி எனக்கு முந்தி
    நான் தாண்ட

    உனக்கு முந்தி நீ தாண்ட

நேற்று வரிசை
இன்று நெரிசல்

நேற்று அக்கம் பக்கம் பார்த்து;
இன்று பார்க்கும் இடத்தில் அரை வேட்டி அவிழ்த்து

நேற்று அண்ணே அண்ணே
இன்று மிஸ்டர் மிஸ்டர்

ஆளற்றுப் போய்
அதிகமாச்சு
எல்லாம்.

பிரக்ஞை நவம்பர் 1975

தருக்கம் மயம் ஜகத்

சின்ன மூளை சிரிக்கும்
மனத்தின் புகையை பனிச் சருகுகளை
கோணல் எண்ணங்களின் பீஜங்களை
தறுதலை அவமானங்களை
முகவையில் அளந்து காட்டு என
சின்னமூளை கொக்கரிக்கும்

நாமும் வாய்க்குப் பயந்து
வசவுக்குப் பயந்து
நக்கலுக்கு மனஞ்சுருங்கி
காற்றை அளக்கப் படியெடுத்து
கைவீசி அந்தரத்தில் தோண்டி
எகிறிக் குதித்து
சமநிலை சரிந்து
நிலம் பதிய
சின்னமூளை மீண்டும் கெக்கலிக்கும்

பிரக்ஞை நவம்பர் 1975

நம்பிக்கை

தூரத் தொலைவில் அந்த நடையைக் கண்டேன்
அச்சு அசல் என் நண்பன்.
மறைந்தவன் எப்படி இங்கு வரக்கூடுமெனத் திடுக்கிட்டேன்.

வேறு யாரோ.

அப்படி எண்ணாதிருந்தால் அவனே வந்திருப்பான்.

வைகை செப்.—அக். 1977

சாத்திக் கிடக்கும் கதவுகள்

சாத்திக்கிடக்கும் சன்னல் கதவுகள் சிக்கிக்கொள்ளும்
அவ்வப்போது திறக்காத தப்பு
இப்போது குத்து, உள்ளங்கையால் பலம்கொண்ட மட்டும்
மணிக்கட்டு நரம்புகள் விர்ரென்று தெறிக்கும்
குத்து
தெறிக்கும்
விடாதே
ஒரு உபகரணம் தேடியேனும் அதைத் திறந்துவிடு
வானத்தைப் பார்க்க உனக்குப் பல இடங்களுண்டு
வானம் உன் அறையைப் பார்க்க வேறு வழி எதுவுமில்லை
சிக்கும் கதவுகளைத் திறந்துவிடு.

வைகை செப்.—அக்.1977

மீண்டும் மீண்டும்

மேகங்கள் வானத்தில் பறக்கும் நதி
இது சரிதான்.

அப்போது இதன் நிறம் மிதப்பு மாற்றம்
இவற்றின் பொருள் என்ன?
சுதந்திரம்
கலப்பற்ற சுதந்திரம்.

மண்ணுக்குத் தெரியும்
இன்று இல்லையெனில் நாளை அல்லது மறுநாள்
குளிர்ந்து துளித் துளியாய்த் தெறித்து
தன்மீது வரும் என்று.

பின் கரைகள் –
இரு பக்கமும் ஒடுக்க ஒரு இடுக்கு யாத்திரை
நீர்த்தேக்கம் –
சிறைச்சாலையில் ஒரு நெடுந்தூக்கம்
தேர்வேது? குறியேது?
பள்ளம் கண்டால் பயணம்
கழிமுகம் சேர்ந்தால்
பூர்வஜென்மப் புன்னகைகள்
கொஞ்சம் உள்நின்றொளிரும்.

கால்விலங்கு கைவிலங்குடன்
உழைத்து உபயோகப்பட்டு நாறிப்போனதும்
அதற்கு மறக்கும்
பின் கடலோடு கடல்.

பின் மீண்டும்
வான வெளியில்
பறக்கும் நதி.

வைகை செப்.–அக்.1977

அதுதான்; ஆனாலும்

தன் வாழ்வின் நீட்சிக்கு
என் கூற்று
இறுதி முடிவாகையில்
என் முகம் பார்த்து ஏங்கும்
அது.

மனவெளியில் விட்டு விட்டு
மின்னலாய்ப் பளிச்சிட்டு
நாவைத் தூண்டும்
அது.

நானோ கூட்டி விழுங்கி
என் பக்கங்கள் நாலும் நிறுத்து
உண்மைதான் ஆனாலும் என
வித்தகம் கட்டத் தொடங்குகையில்
குலைந்து குற்றுயிராகிச் சரியும்
அது.

இறகுகள் அறுந்த பறவைக்கு
ஜீவத் துடிப்பே இறகுகளாய்
உடல் கிழித்து வெளிப்பட்டதுபோல்
அப்போதும் பறக்கத் துடிக்கும்
அது.

இது கண்டு
என்னையே நான் சபித்து
நாணிக் குறுகுவேன்.

அந்த 'ஆனால்' இனி நான் போடும்போதேனும்
அறுந்து தொங்க வேண்டும் என் நாக்கு.

வைகை செப்.—அக்.1977

வாழும் கணங்கள்

மூளை நரம்பொன்று அறுந்து
ஒளிவெள்ளம் உள்ளே புகுந்தது
மனவெளியும் நிலவொளியில் குளிர
செவிப்பறை சுயமாய் அதிர
மண்ணில் ஒருபோதும் கேட்டிராத
ஓசை உவகைகள் எழும்பின
பாஷை உருகி ஓடிற்று
ஒரு சொல் மிச்சமில்லை
என் பிரக்ஞை திரவமாகி
பிரபஞ்சத்தின் சருமமாய்
நெடுகிலும் படர்ந்தது
ஒரு கணம்தான்
மறு கணம்
லாரியின் இரைச்சல்
எதிரே நாற்காலி.

மு 1—மே 1978

இந்த நிழல்

எங்கிருந்து ஆரம்பிக்கிறது இந்த நிழல்?

பாதத்தின் விளிம்பிலிருந்துதானா?
அல்லது அதன் அடியிலிருந்தா?

பூமியில் காலூன்றி நிற்கும்போது
நிழல்மேல்தான் நிற்கிறோமா?

காலைத் தூக்கிப் பார்க்கலாம்தான்.

அந்த யோசனையை நான் ஏற்கவில்லை.
பூமியில் நிற்கும்போது
எங்கிருந்து ஆரம்பிக்கிறது இந்த நிழல்
என்பதுதான் எனக்குத் தெரியவேண்டும்.

மு 5, டிச.1978 — ஜன.1979

நாய்க் குரைப்பின் காலங்கள்

நாய்க் குரைப்பின் பொருள் எனக்குத் தெரியும்போது
என் பொருள் சிக்கலும் விடுபட்டுப்போகும்.
என்னைச் சுற்றி சதா இந்த நாய்க் குரைப்பு
என் குடியிருப்பு அப்படி.

நாய்க் குரைப்பின் பொருள்பற்றி நான்
யோசிப்பது ஏனெனில்
வேறெங்கும் பொருளற்ற தீவிரம் இப்படிப்
பீறிடுவதை நான் கண்டதில்லை.

தன் உடலிலுள்ள ஒவ்வொரு அணுவையும் குவித்து
அடி வயிற்றை எக்கி
சூன்யத்தில் தலை தூக்கி
நாய்கள் குரைப்பதை நீங்களும் கவனித்திருப்பீர்கள்.

நாய்களுக்கு அவற்றின் குரைப்பின் பொருளோ
பொருளின்மையோ தெரியும்போது
அவை எப்படிக் குரைக்கும்.

குரைக்குமா?

ஒருசமயம் அவை குரைப்பதை விட்டு
வாலை மட்டும் ஆட்டிக்கொண்டிருக்கலாம்.
அந்தக் காலம் இப்போதைவிடவும் நன்றாக இருக்கும்.

மையம் 1983

விருட்ச மனிதர்கள்

மரங்கள்போல் வாழ்வு என்று கிடைக்கும்?
மோனமும் அழகும் அங்கு கூடி நிற்கின்றன
கவலை இல்லை
விபத்தும் நோயும் வறுமையும் உண்டு
கவலை இல்லை.

செடிகளின் வறுமையைப் பற்றி யோசித்திருக்கிறோமா?
மிருகங்கள் பறவைகள் புழுக்கள் பூச்சிகள் செடிகள்
இவற்றின் துக்கங்களைப் பற்றி யோசித்திருக்கிறோமா?
இவற்றையும் சேர்த்து யோசிக்கும்போது
நம் கஷ்டங்கள் தீரும்.

மனிதனுக்காக ஜீவன்கள் அழிந்துகொண்டிருக்கும் வரையிலும்
'என்னை சந்தோஷமாக வை' என்று
மனிதன் எப்படி யாரிடம் கேட்க முடியும்?

மரங்கள் உன்னதமானவை
கம்பீரமான எளிமை
நிர்மலமான இதயம்
மேலே மேலே என்று செல்லும் அவா
சூரியக் கிரணங்களில் குளிப்பதில் மோகம்
மண்ணை எப்போதும் மறக்காத தன்மை
மௌனம்.
மனிதர்கள் மரங்கள்போல் வாழும் காலம் வரும்.

மையம் 1984

பூர்த்தி பெறாத ஓவியம்

குகையின் உட்சுவரில்
பூர்த்தி பெறாத ஓவியம் ஒன்றைக் கண்டேன்
அதன் அழகு நாளத்தில் பாய்ந்து ஓடிற்று.

ஸ்தம்பிப்பு.

ஒளிப்பிழம்பொன்று சன்னமாய்
மிதக்கும் பன்னீர்க் கண்ணாடிக் கீற்றுகளாய்
அதன்மேல் பட்டுத் தெறிக்கிறது.

யார் வரைந்தது இது?

முன் காலமொன்றில் நானே துவக்கி
என் கருப்பை கொள்ளாத அழகு பீறிட்டெழ
திடுக்கிட்டு விலகி ஓடியதாய்ப் பளிச்சிட்டது.

பூர்த்தி செய்ய ஒருவன் வரக்கூடும் என்றேனும்
வாய் மட்டும் திறந்திருந்தால்.
ஒளி எப்போதும் இருக்கும்.

இல்லாதபோது வரும் நண்பன்

அந்த நண்பன்
இன்றும் அன்றுபோல்
துரதிருஷ்டவசமாக
நான் இல்லாதபோது
வந்திருக்கிறான்.

அன்று
என் தலை நரைக்காத அந்தக் காலத்தில்
அவன் வந்தபோதும்
தன்னை யாரென்று சொல்லாமல் மறைந்தான்.

 சுந்தர ராமசாமி கவிதைகள்

தாடி மீசை
வேர்வையின் நாற்றம்
பின்னோக்கி இழுத்துக்கொண்டிருக்கும்
அழுக்கு ஜிப்பாப் பைகளில்
இரு கரங்களின் மறைவு

புழுதி படிந்த பாதங்கள்
சிகரெட் உதட்டில் தொங்கப் பேச்சு என்று
இன்றும்
அதையே ஒப்பித்தாள் மனைவி.

மீண்டும் வந்தாலும் வருவேன் என்றானாம்.
காத்திருக்கப் பொறுமை இருந்ததில்லையே என்றானாம்.
பெயரென்ன முக்கியம் என்றானாம்.

எனக்கோ பெயர்கள் முக்கியம்
முகங்கள் முக்கியம்
பொறுமையுடன் காத்திருக்கவும் நான் தயார்
என்றேனும் ஒரு நாள் அவன் வரட்டும்.
அன்றேனும் நான் வீட்டில் இருக்க வேண்டும்.
என் நரை அதன் திரையைப் போடாமல் இருக்க வேண்டும்
அன்று வரையிலும்.

கொல்லிப்பாவை ஜூலை 1985

காணாமற்போன கண்கள்

கைப்பிசகாய் எங்கு வைத்தேன் என் கண்களை
சில வினாடிகளுக்கு முன்கூட இருந்தனவே.

நேற்று மாற்றிக்கொண்ட மூக்குக் கண்ணாடியின்
தங்கமுலாம் பூசிய
மெல்லிய
வலுவான
சட்டத்தின் ஒயில்பற்றி
என் முகத்திற்கு அது அப்பிய கம்பீரம்பற்றி
உரக்கச் சிரித்துவிட்டு
தந்திரமாய்
எங்கு மறைந்துகொண்டன அவை?

ஜன்னல் விளிம்புகளில்
தலையணையின் பின்பக்கம்
அகராதியின் உள்ளே
தட்டெழுத்துப் பொறியைச் சுற்றி
தடவிக்கொண்டிருக்கிறேன்.
மீண்டும் மீண்டும் இந்த மூக்குக்கண்ணாடிதான்
விரல்களில் இடறுகிறது
கண்களைக் காணோம்.

கொல்லிப்பாவை ஜூலை 1985

 சுந்தர ராமசாமி கவிதைகள்

ஒரு நிலவுக்குக் காத்திருத்தல்

இந்த வீட்டில் நான் குடியிருக்க விரும்பவில்லை
இந்தப் பாதைகளில் நடக்கவும் என்னால் முடிவதில்லை
இங்குக் காற்று சதா புழுதியைக் கிளப்பிக்கொண்டிருக்கிறது
குழந்தைகள் மோசமாகச் சத்தமிடுகின்றன
பறவைகளின் மௌனம் என்னைச் சங்கடப்படுத்துகிறது
செடிகளோ மரங்களோ பூப்பதில்லை இங்கு.

கடலோரம் அதிக தூரம் இல்லை என்றார்கள்
இரவு விடாது நடந்தால் விடியப் போய்ச்சேரலாம் என்றார்கள்
நான் காத்துக்கொண்டிருக்கிறேன் இப்போது
ஒரு நிலவு நாளுக்கு.

கொல்லிப்பாவை ஜூலை 1985

கடலுக்குத் தெரியாது

மனிதனின் சகல இருள்களும் ஒளிகளும் கடல் அறியும்
தன் உதரத்தில் தோன்றிய ஜீவனைத் தாய் அறிவாள்

எனினும் சூல்கொண்டபோது
களி நடனங்கள்
சாகசங்கள்
அதிசாமர்த்தியங்கள்
கரையில்
இப்படித் தாண்டித் தெறிக்கும் என்பது
அவளுக்குத் தெரியாது.

இப்போது அலை உறுமலின் எச்சரிக்கைக் காலம்
கரையைக் கடலாக்குவது அவளுக்கு ஒரு பொருட்டல்ல.

கொல்லிப்பாவை ஜூலை 1985

என்ன இது?

என்ன இது என்று எப்போதும் கேட்கிறேன்
உண்மையில் கேட்க நினைப்பது
என்னிடம் ஏன் இவ்வாறு நடந்துகொள்கிறீர்கள்
என்றுதான்.
ஏன் இவ்வாறு நடந்து கொண்டீர் என்று
இனி எவ்வாறு நடந்துகொள்வீர் என்று

என்ன இது என்ன இது என்று எப்போதும் கேட்கிறேன்
உங்கள் முகங்களெதிரே வேறு எப்படிக் கேட்பது

நட்பே சுற்றமே உறவே சூழலே என்னை விட்டுவிடு
என்னை மறந்துவிடு
உங்கள் அன்புகளை என்னால் தாங்க முடியவில்லை
இப்போதும் மனிதன் உயர்ந்தவன் என்றும்
சமூகமே அவனை அழிக்கிறது என்றும்
சொல்லிவருகிறேன்.

என் அனுபவம் பொய்க்கட்டும்
கனவு நிறைவேறட்டும்
மனிதர்கள் மீண்டும் குழந்தைகளாகும் கனவு.

கொல்லிப்பாவை ஜூலை 1985

பூக்கள் குலுங்கும் கனவு

அன்று–உன் திருமணத்தன்று–நீ நின்ற நிலை
ஏன் அந்தக் காட்சி என் மனத்தில்
இவ்வளவு ஆழமாகப் பதிந்திருக்கிறது
அலங்காரங்களின் வசீகரம்
உன் அருகே அந்த இளம் மீசை.

காலமே! எதற்கு என்னை இங்கெல்லாம்
அழைத்துச் செல்கிறாய்?
என் உணர்வுகளில் நான் குழம்பிச் சரிகிறேனே.

என்னருகே வெகுநாள் சின்னஞ்சிறு பெண்ணாக இருந்த நீ
எவ்வாறு இவ்வளவு பெரிய கனவாய்ப் பந்தலில் விரிந்தாய்
உன் கூந்தலில் முல்லைப் பூக்களின் குவியல்கள்
அவற்றுக்குத் தாயிடமிருந்து கிள்ளப்பட்ட விசனம் இல்லையா
உன் நடையின் துள்ளலில் அவை பெறும் குதூகலம்
தாயிடமிருந்து அவை பெற்றதில்லையா.

நான் அஸ்தமனத்தைப் பார்த்துக்கொண்டிருக்கும்போது
நீ முழு நிலவின் விளிம்பில் பரவசம் கொள்கிறாய்.

ஒவ்வொரு நிமிஷமும் வாழ்வின் தேனை
வண்டைப்போல் உறிஞ்சு.

ஆனால் ஒன்று.
அந்தப் பாதை முடிவுறும் முன்னே என்றேனும் ஒரு நாள்
அந்த இளம் மீசையிடம் என்னைப் பற்றியும்
                கொஞ்சம் சொல்லு
உன் கடந்த காலங்களின் பழைய நினைவாய்.

கொல்லிப்பாவை ஜூலை 1985

இந்த வாழ்க்கை

இந்த நிமிஷம்வரையிலும் இருந்ததுபோல்
இனி என் வாழ்க்கை இராது என
ஒரு கோடி முறை எனக்குள் சொல்லிக்கொள்கிறேன்.
என்ன பயன்?
என்னை நான் இகழ்ந்துகொண்டதைத் தவிர.

நான் என் காலை வைக்க வேண்டிய படி எது?
நான் குலுக்க வேண்டிய கை
நான் அணைக்க வேண்டிய தோள்
நான் படிக்க வேண்டிய நூல்
நான் பணியாற்ற வேண்டிய இடம்
ஒன்றும் எனக்குத் தெரியவில்லை.

இப்படி இருக்கிறது வாழ்க்கை.

கொல்லிப்பாவை ஜூலை 1985

பூர்த்தி செய்யாத இடம்

அவ்வப்போது படிவங்களுடன் உன் மேஜைமுன் வருகிறேன்
ஒரு கணக்குத் திறக்க என்று சொல்லிக்கொண்டு
உன் எதிரே ஒரு நாற்காலி இருக்கிறதே அது யாருக்கு?
நீ சொன்னால் மட்டுமே அதில் அமரலாம் என எண்ணியதில்
இன்றுவரை அதில் அமரவே இல்லை
ஏன் இந்தச் சிறு சந்தேகங்கள் என்றும்
ஏன் புரிந்துகொள்ளவில்லை என்றும் கேட்கிறாய்.
எனக்குத் திக்கு என்றும்
பதற்றம் என்றும்
கை நடுக்கம் என்றும்
நீ நினைத்திருக்கக்கூடும்.

எப்படிச் சொல்வது என்று எனக்குத் தெரியவில்லை
தனியாக இருக்கும்போது ஒரு சந்தர்ப்பத்திலேனும்
என் முகம் உன் நினைவில் வந்திருக்கிறதா?
உன்னிடம் நான் காட்டாத என் மனத்தின் ஒரு படிவத்தில்
ஒரே ஒரு இடம் மட்டும் இன்னும் பூர்த்தி செய்யவில்லை
அதில் உன் பெயரை எழுதிக்கொள்ளட்டுமா?

கொல்லிப்பாவை ஜூலை 1985

சுந்தர ராமசாமி கவிதைகள்

ஜாலச் சிவப்புகள்

உன் கண்களில் சிவப்பு இறங்கியிருக்கிறது.
அந்தப் புகழ் பெற்ற
பார்வையில் பாய்ந்தோடித் தொற்றும்
கண்நோயின் முதல் ஜாலம் என்று நினைக்கிறேன்
தயவுசெய்து ஒதுங்கிப் போய்விடு
உன் கண்கள் உனக்குத் தெரிவதில்லை
பார்ப்பவர்களுக்கோ உறுத்துகிறது
கறுப்புக் கண்ணாடி அணிந்துகொள்
சொட்டு மருந்து ஊற்றிக்கொள்
இருட்டறையில் படுத்துக் கிட
சலிப்புத் தாங்கவில்லை எனில்
தியானம் செய்
மனிதனைப் பற்றி
சற்று உன்னைப் பற்றி
சிவப்பு நீங்கும்வரை
வெளியே வராதே
சக மனிதனுக்காக.

கொல்லிப்பாவை ஜூலை 1985

என் வெட்கம்

ஒரு மரத்திற்கு
அது விட்டிருக்கும் இலைகளின் எண்ணிக்கை தெரியுமா?
வானம் என்ற கண்ணாடியில்
தன்னைப் பார்த்துக்கொள்ளும் அபிலாஷை அதற்கு உண்டா?
மழை பெய்யும்போது என்ன நினைக்கிறது அது?
தன் குழந்தைகளைப் பறிக்கும் கரங்களைப் பற்றி
அதன் அபிப்பிராயம் என்ன?
நிலாக் காய்வதில் அதற்கு சந்தோஷம் உண்டா?
பறவைகளுக்கு என்ன சம்மதங்கள் அது அளித்திருக்கிறது?
எனக்குத் தெரியவில்லை.

வெட்கமாக இருக்கிறது எனக்கு.

கொல்லிப்பாவை ஜூலை 1985

கதவைச் சுண்டாதே தயவுசெய்து

நான் இங்கு இருக்கிறேன்.
இங்கு
இச்சிறிய அறையில். சிறிய சன்னல் சிறிது வெளிச்சம்.

தயவுசெய்து உன் ஆள்காட்டி விரலின் நகத்தால்
சாத்தியிருக்கும் என் கதவைச் சுண்டாதே
எனக்கு உன் ஓசைகள் தெரியும்
உன்னைத் தெரியும்
உன்னிடம் எவ்வளவு என்பது தெரியும்.

என்ன உறக்கம் இன்னும் என்பாய்
தொழில் வரியைக் கட்டக் கடைசி நாள் கேட்பாய்
பங்குகள் சரிவதுபற்றி விசனமுடன் பேசுவாய்
தொலைபேசி எண் என்ன என்பாய்.

கையாலாகாதவன் என என்னைச் சொல்லாமற் சொல்லி
குற்ற உணர்ச்சியை ஒரு பெரும் பாரம் சரிந்துவிட்டுப் போவாய்.

ஒரே ஒரு கவிதை
போதும் இந்த ஜென்மம் பொருள்பட என்பது என் நம்பிக்கை
அதை எழுதிவிடக் காத்துக்கொண்டிருக்கிறேன்
உன் ஆள்காட்டி விரலின் நகத்தால் என் கதவைச் சுண்டாதே
தயவுசெய்து.

கொல்லிப்பாவை ஜூலை 1985

 சுந்தர ராமசாமி கவிதைகள்

இனி உன் கஷ்டத்தைப் புரிந்துகொள்ள முயல்வேன்

என்ன வருத்தம் உனக்கு என்று எனக்குத் தெரியவில்லை
யாருக்கும் தெரியாமல் இந்த ரயிலடியில்
கண்களைத் துடைத்துக்கொள்கிறாய்
உன் உதடுகள் மிகக் கஷ்டமாகத் துடிக்கின்றன
தலைசீவக்கூட உனக்கு நாட்டமில்லாமல் போய்விட்டது.
உடை மாற்றவும்
பொட்டு இட்டுக்கொள்வதற்குங்கூட
என்ன ஆயிற்று?
நான் கவனிப்பதைக்
கவனித்து மிரளாதே.

நான் உன் கஷ்டங்களின் மறுபக்கம்
கண்ணீரின் நீர்மை.

புத்தி மோசத்தால்
ஏதேதோ பேசி
ஏதேதோ படித்து
ஏதேதோ எழுதிவிட்டேன்.
கரகோஷம் கேட்டு விரியும் சிறகுகளைக்
கோதிக்கொண்டிருந்துவிட்டேன்
என்னை மன்னித்துவிடு.

இனி உனக்காக
உன்னைப் புரிந்துகொள்ள
எழுதுகிறேன்.

கொல்லிப்பாவை ஜூலை 1985

தனுவச்சபுரம்

ரயில் இங்கு நிற்கும்போது
ஒவ்வொரு முறையும் யாரேனும் ஒருவர்
–அநேகமாக ஒரு வயோதிகர்–
உச்சரிப்புச் சுத்தத்துடன்
தனு வைத்த புரம் என்பார்
அன்று ஸ்ரீராமன்
தன் தனுவை வைத்த இடம் என்பார்.
ராமன் தன் தனுவை ஏன் வைத்தான்
எப்படி அவனால் முடிந்தது
வில் முறிந்துபோயிற்றா
நாண் அறுந்துபோயிற்றா
சரம் தீர்ந்துபோயிற்றா
சரி.
இந்த ஊரென்ன
இப்போது ஒவ்வொரு ஊருமே
தனு வைத்த புரம்தான்.

கொல்லிப்பாவை ஜூலை 1985

சுந்தர ராமசாமி கவிதைகள்

மின்விசிறிகள் சம்பந்தமாக ஒரு வருத்தம்

இந்த மின்விசிறிகளின் சுழற்சியில்
இவற்றின் விட்டம் அதிகரிக்க
வழியேதும் இல்லையென்பதை அறியும்போது
என் மனம் வருத்தம் கொள்கிறது.

பூமியை ஒருபோதும் இவை ஸ்பரிசித்தது இல்லை
என நினைக்கும்போதும்
ஒருபோதும் இவை வானத்தைக் கண்டதில்லை
என எண்ணும்போதும்
வருத்தம் என் மனத்தைக் கவ்வுகிறது.

இந்த மின்விசிறிகளின் சுழற்சியும் சரி ஓய்வும் சரி
இவற்றின் கையில் இல்லை என்பதை உணரும்போது
என் மனத்தில் சங்கடம் படர்கிறது.

தாம் வேர்வை ஆற்றுபவர்கள்
யார் என்பதைக்கூட அறியாத
மின்விசிறிகள் இவை.

கொல்லிப்பாவை அக்டோபர் 1985

இளைப்பாற ஒரு உயிர்

ரயிலில் பயணச்சீட்டின்றி
நாடோடியாய் நான் அலைய ஆரம்பித்த பின்னர்
வளர்ந்த என் வெண்தாடி
தொப்புள் குழியை எட்டிவிட்டது
தங்கி இளைப்பாற ஒரு உயிர்
இன்னும் எனக்குக் கிடைத்தபாடில்லை.

என்றாலும்
ஏதோ ஒரு ஸ்டேஷனில்
யாரோ ஒரு இளைஞன்
ஏனோ என்னிடம் இணக்கம் மிகக்கொள்ள விரும்பி
மௌனமாய் ரயிலடியில் நின்றபடி
குளிரூட்டும் பார்வையின் புன்னகை வற்புறுத்தல்களால்
என்னை அழைப்பான் என்ற நம்பிக்கையில்
என் சகல பிரியங்களையும் இப்போதைக்கு
இந்த ரயில்களுக்கு மட்டுமே தந்து
ஊர்ஊராய் அலைந்துகொண்டிருக்கிறேன்.

என் தாடியோ என் தொப்புள் குழியை எட்டிவிட்டது.

கொல்லிப்பாவை அக்டோபர் 1985

சுந்தர ராமசாமி கவிதைகள்

இந்த உலகம்

வானம் வந்திறங்கும்போது இளைப்பாற
மேகத்தால் ஒரு கட்டில் செய்தேன்
காலை இளங்கதிர்களைக் கூட்டி
அவற்றின் ஒளியால் இசை செய்து
கட்டிலின் அருகே வைத்தேன்
விண்மீன்களை அள்ளியெடுத்து
தெருவெங்கும் இறைத்து வைத்தேன்.

கடுந்தவத்தின் முடிவில்
வானம் வந்திறங்கிற்று
சயனிக்க வேணும் என்றேன்
கழிப்பறை எங்கே
என்று கேட்டது வானம்.

கொல்லிப்பாவை அக்டோபர் 1985

உன் கவிதையை நீ எழுது

உன் கவிதையை நீ எழுது
எழுது உன் காதல்கள் பற்றி கோபங்கள் பற்றி
எழுது உன் ரகசிய ஆசைகள் பற்றி
நீ அர்ப்பணித்துக்கொள்ள விரும்பும் புரட்சி பற்றி எழுது
உன்னை ஏமாற்றும் போலிப் புரட்சியாளர்கள் பற்றி எழுது
சொல்லும் செயலும் முயங்கி நிற்கும் அழகு பற்றி எழுது
நீ போடும் இரட்டை வேடம் பற்றி எழுது
எல்லோரிடமும் காட்ட விரும்பும் அன்பைப் பற்றி எழுது
எவரிடமும் அதைக் காட்ட முடியாமலிருக்கும்
தத்தளிப்பைப் பற்றி எழுது
எழுது உன் கவிதையை நீ எழுது
அதற்கு உனக்கு வக்கில்லை என்றால்
ஒன்று செய்
உன் கவிதையை நான் ஏன் எழுதவில்லை என்று
என்னைக் கேட்காமலேனும் இரு.

கொல்லிப்பாவை அக்டோபர் 1985

அடிவயிறு குளிரும் காலம்

பிரபஞ்சம் அதிர்ந்தது அன்று
கடல்கள் உறைந்தன பனிக்கட்டியாய்
ஜீவராசிகள் நெருக்குண்டு மரித்தன
மிதக்கும் உரிமையும் பிணங்கள் இழந்து
ஆழப் புதைந்தன அடிவயிற்றில்
மானிடம் திகைப்பில் குலைந்தது.

எனினும்
என்றேனும் ஒரு நாள்
சூரியன் கரை இறங்கும்
கடலைத் தழுவிப் புணர
பனிக்கட்டி உருகி வழிந்தோட
ஆர்ப்பரித்தெழும் கடல் மீண்டும்
நம் அடிவயிறு அன்று குளிரும்.

கொல்லிப்பாவை அக்டோபர் 1985

பதிவுகள் அழியும் காலம்

நான் பிறந்தபோது விட்ட முதல் மூச்சு
இந்தப் பெருவெளியில்
எங்கிருக்கும் என
என்னால் கூற இயலாது.

என் ஜனனக் கத்தலின் அலை ஒலிகள்
இந்தப் பிரபஞ்ச வெளியில்
எங்கு உறைந்தன என
என்னால் கூற இயலாது.

போகப் போக
(துரதிருஷ்டம் என்றுதான் கூற வேண்டும்)
சிறுகச் சிறுக நான் என் மூளையில் ஒட்டி
சிறுகச் சிறுக பிறருடைய மூளைகளிலும்
நான் ஒட்ட ஆரம்பித்தபோது
சீரழியத் தொடங்கினேன்.

என் முதல் மூச்சுப்போல்
என் முதல் அழுகைபோல்
என் சகல மூளை ஒட்டல்களும்
இந்தப் பெருவெளியில்
கரையும் காலத்துக்காகக் காத்திருத்தலே
சிறிது ஆறுதலை
எனக்குத் தந்துகொண்டிருக்கிறது.

கொல்லிப்பாவை அக்டோபர் 1985

 சுந்தர ராமசாமி கவிதைகள்

எழுத்தின் ரகசியம்

பெண்ணே
உன் கடிதம்
எழுதுவது எப்படி என்று என்னைக் கேட்காதே
எழுது
அதுவே அதன் ரகசியம்.

எழுது
எவர் முகமும் பாராமல்
உன் மனம் பார்த்து.

உன் தாகம் தீர்க்க
நதியிலிருந்து நீரை
கைகளால் அள்ளுவதுபோல்
கண்டுபிடி உன் மன மொழியை.

மார்புக் கச்சையை முற்றாக விலக்கி
காலக் குழந்தைகளுக்குப் பாலூட்டு.

உனக்கும் உன் அனுபவங்களுக்குமிடையே
ஆடைகளை முற்றாகக் களைந்து
அம்மணம் கொள்.

புகை மூட்டத்தைப் புணர்ந்து
மெய்ம்மையைப் பேரானந்தத்துடன் கருத்தரி.

எழுதுவது எப்படி என்று என்னைக் கேட்காதே
எழுது
அதுவே அதன் ரகசியம்.

இனி அக்டோபர் 1986

என் மலரைத் தேடி

இப்போது தெரிகிறது
காலத்தின் கானல்
கடலோரம் கொதிக்கும் மணல் உறிஞ்சும்
நீரின் மறைவு.

இப்போது தெரிகிறது
பாதைகளில் விரிந்து படரும் கிளைச் சிக்கல்கள்
என் பாதங்களைப் பின்தள்ளும் ஓட்டம்.

இப்போது தெரிகிறது
இதுகாறும் நான் அணிந்தவை எதுவும்
என் ஆடைகள் அல்ல என்பது
சுமந்தவை யாரோ கருத்தரித்த சூன்யங்கள்.

விழிப்புற்று வெறுமையின் களி எய்தி நிற்கையில்
சாயும் காலத்தின் நிழல்
நகர்ந்தோடி வருகிறது
என் பாதம் கவ்வ.

காலமே சற்றுப் பொறு
வெட்ட வெளியிலிருந்து என் மலரை
இதோ விரைவில் பறித்துவிடுகிறேன்.

இனி அக்டோபர் 1986

சுந்தர ராமசாமி கவிதைகள்

நடுவெழியில் மறித்த வயோதிகம்

வயோதிகம் மறித்தது நடுவெழியில்
நான் காதலைத் தேடிச் சென்றுகொண்டிருந்தபோது.
'விடு என்னை
இப்போதுதான் உணர்ந்துகொண்டேன் காதலின் அருமையை'
என்று அதன் காலில் விழுந்து கெஞ்சினேன்.
'சற்று முன்தான் நான் வயோதிகம்
இப்போதோ மரணம்' என்று
என்னை இறுகத் தழுவிக்கொண்டது
அது.

கொல்லிப்பாவை 1987

தாகம்

எந்தத் தட்டில் இருக்கிறது என் இனிப்பு
காற்றில் எங்கு உறைந்திருக்கின்றன என் சுவாசங்கள்
என்று காயும் என் நிலவு
இன்னும் எனக்குத் தெரியவில்லை.
என் திரி உறிஞ்சும் தைலமோ வற்றிக்கொண்டிருக்கிறது.

துணையே வருந்தாதே
என்னைத் தேடி வருகிறவர்களுக்கு
என் தாகத்தைப் பகிர்ந்து கொடு.

கொல்லிப்பாவை 1987

 சுந்தர ராமசாமி கவிதைகள்

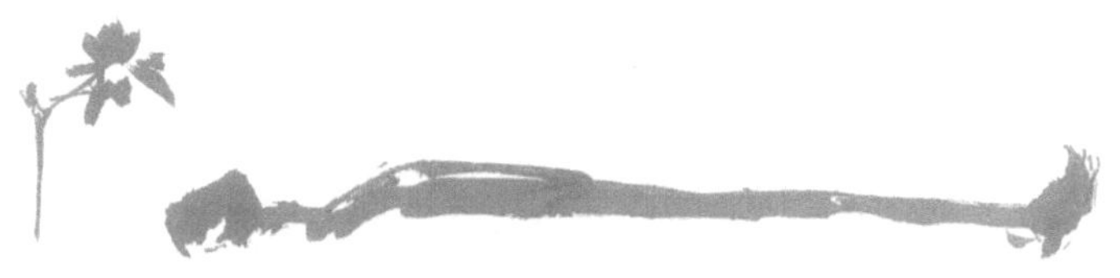

என் நினைவுச் சின்னம்

நான் விடைபெற்றுக்கொண்டுவிட்ட செய்தி
உன்னை வந்து எட்டியதும்
நண்ப
பதறாதே
ஒரு இலை உதிர்ந்ததற்கு மேல் எதுவும் அதில் இல்லை.

இரங்கற் கூட்டம்போட ஆட்பிடிக்க அலையாதே
நம் கலாச்சாரத் தூண்களின்
தடித்தனங்களை எண்ணி
மனச்சோர்வில் ஆழ்ந்து கலங்காதே.

நண்ப
சிறிது யோசித்துப்பார்
உலகெங்கும் கணந்தோறும்
இழப்பின் துக்கங்களில்
ஒரு கோடிக் கண்கள் கலங்குகின்றன
ஒரு கோடி நெஞ்சங்கள் குமுறி வெடிக்கின்றன.

நண்ப
நீ அறிவாயா
உன் அடிச்சுவடு ஒவ்வொன்றிலும்
அழிகின்றன ஒரு கோடி உயிர்கள்.

இருப்பினும்
நண்ப
ஒன்று மட்டும் செய்
என்னை அறியாத உன் நண்பனிடம்
ஓடோடிச்சென்று
கவிதையை எழுப்ப முயன்றுகொண்டிருந்தவன்
மறைந்துவிட்டான் என்று மட்டும் சொல்
இவ்வார்த்தைகளை நீ கூறும்போது
உன் கண்ணீர்
ஒரு சொட்டு
இந்த மண்ணில் உதிரும் என்றால்
போதும் எனக்கு.

கொல்லிப்பாவை 1987

சுந்தர ராமசாமி கவிதைகள்

ரிஷிமீது கவிழ்ந்த ஜ்வாலை

அந்தி மயங்க அந்தகாரம் சூழ்ந்தது
குகை வாயிலில் தன் மூச்சால்
ஊதி ஊதி தீ வளர்த்தார் அந்த ரிஷி
ஹ ஹ ஹா என்றெழுந்தது ஜ்வாலை.

ஜ்வாலையின் பேய்ப்பசிக்குப் பயந்து
குகைக்குள் சிதறி ஓடிய இருள்
போக்கிடமின்றிக் கற்சுவரில் மோதி.
நெருப்பில் விழுந்து மடிந்தது.

பரவசத்தில் களிநடம் புரிந்தார் ரிஷி
'துளியும் மிச்சமின்றி
அந்தகாரத்தை உண்டு மகிழ்' என்று
ஆர்ப்பரித்தார்.

ஜ்வாலை ரிஷியின்மீது கவிழ்ந்தது.

கொல்லிப்பாவை 1987

அங்கு போக வழி

அங்கு போக வழி கேட்டு
நான் திணறிக்கொண்டிருந்தபோது
சிரித்துக் கை உதறி
சரி சரி என்று சொல்லிவிட்டு
நகர்ந்தார் பலர்.

அங்கு போக நான் வழி கேட்டபோது
இங்கு போகத் தெரியும்
என்று சொன்னவர் பலர்
அங்கு போக அறிந்தவர்
ஒருவர் இருக்கக்கூடும் என்றாலும்
மனிதப் பிரவாகத்தில்
அந்த முகத்தைப் பொறுக்க
எனக்குத் தெரியவில்லை.
என் மொழி புரிகிறவரை அனுமானிக்க
எனக்குத் தெரியவில்லை
பகலோ முடிந்துகொண்டும் போகிறது.

இருப்பினும் யாரோ ஒருவன்
வாழும் பிடிவாதத்தில்
தன் இதயம் பொத்திக் காப்பவன்
தம் முகம் பார்க்கும்
முகம் பார்த்து மகிழ்பவன்
அறியத் துடித்து
அறிந்ததை அள்ளித் தருவதில்
ஆனந்தம் காண்பவன்
வழி சொல்லும் சாக்கில்
நட்பின் விதைகளை
இதமாய்த் தூவுபவன்
வரக்கூடும்
காத்திருக்க எனக்குப்
பொறுமை வேண்டும்
நிறைய.

கொல்லிப்பாவை 1987

சுந்தர ராமசாமி கவிதைகள்

வெட்கப்படாமல் துக்கப்படு

நண்ப
இளம் வயதில் நீ படித்த படிப்பு எனக்குத் தெரியும்
வாழ்வின் கோலங்கள் தெரியத் தெரிய
நீ நொந்துபோனதையும் நான் அறிவேன்
பின் துக்கம் வடியும் காலத்தைத்
தத்துவத்தின் எக்களிப்பில் நீ வர்ணித்தது
இன்றும் என் நினைவில் நிற்கிறது.

நண்ப
வெயிலிலும் வறுமையிலும்
சோதனைகளின் நெருப்பிலும்
நீ வாடி வெதும்பியதையும்
நான் அறிவேன்.

நண்ப
இப்போது என்னைப்போல்
நீயும் சோர்ந்து
நரையேறும் தலையைச்
சந்தேகங்களின் சாய்வு நாற்காலியில்
சாய்த்தாயிற்றா
மனச்சிக்கல்களின் இழைகளை
மூளையால் எண்ண முடியவில்லையே என்று
புலம்பி அழுகிறாயா.

நண்ப
இந்த உண்மையை ஒருபோதும் மறக்காதே
நம் நண்பர்களின் பொய் வழிஅடைக்கும்
நம் துக்கம் விமோசனத்துக்கு இட்டுச்செல்லும்

நண்ப
வருந்தாதே
வெட்கப்படாமல் துக்கப்படு.

யாரோ ஒருவனுக்காக 1987

யாரோ ஒருவனுக்காக

பேசிக் கொதிக்க யாரோ ஒருவனை
எப்போதும் தேடிச் செல்கிறேன்
கண்டு
வழி மறித்து
'இந்தக் காலம்...' என்று நான் தொடங்கும்போது
அவன் நொடியில் மறைந்த திசை தெரியாது
அவன் முகமும் நினைவுகூர முடியாது விழிக்கிறேன்

யாரோ ஒருவன் வரக்கூடும் என
மீண்டும் காத்து
மனம் சலித்து
கிடைப்பதற்கரிய பெரியவன் சிக்கிய பெருமையில்
மீண்டும் நான் 'இந்தக் காலம்...' என்று ஆரம்பிக்கையில்
அவன் நின்ற நிலையில் எப்படிக் கரைந்து
இந்த மண்ணே உறிஞ்சியதுபோல் மறைந்தான் என்பதை
எனக்குச் சொல்லத் தெரிவதில்லை.

யாரோ ஒருவனிடம் பேச
அந்த யாரோ ஒருவனை எப்போதும் தேடி
தேடுபவனின் முகங்கூடத் தெரியாது
அவன் மூளை நரம்பில் என் ஜீவன் கரையும்போது கூடும்,
கூடும் என நான் நம்பும்
ஒளியை இதுகாறும் காணாது
உவகையில் நெளியும் உதடுகளையும் ஒருபோதும் காணாது
யாரோ ஒருவன் வரக்கூடும் என்று
இன்று வரையிலும் வராத அவனுக்காகக்
காத்துக் கரைந்துகொண்டிருக்கிறேன்.

அந்த யாரோ ஒருவன் வராத நேரத்திலும்
எனக்கு நானே பேசிக்கொள்வதில்
தவறில்லை என்று நினைக்கிறேன்
காற்றுடன் பேசுவதில்
தவறில்லை என்று நினைக்கிறேன்.
உன்னதங்களும் உண்மைகளும்

  சுந்தர ராமசாமி கவிதைகள்

அறிந்த காற்று அறியும் என் பேச்சு.
அதன் சேமிப்புக் கிடங்கில்
ஒலியின் அலைகள் ஒருபோதும் அழிவதில்லை.

நாளை
நூற்றாண்டுகளுக்குப் பின்னர்
சதகோடி வருடங்களுக்குப் பின்னர்
அன்றேனும்
உனக்குத் தேவை என்றால்
காற்று உன்னிடம் கூறும்
நான் அதனிடம் கூறியவற்றை
அறிய ஆவலின் கருவியை
அன்றேனும் உன்னால்
கண்டுபிடிக்க முடிந்திருந்தால்.

யாரோ ஒருவனுக்காக 1987

வருத்தம்

வேட்டையாடத்தான் வந்தேன்
வேட்டைக்கலையின் சாகச நுட்பங்களை
தாய்ப்பாலில் உறிஞ்சத் தொடங்கினேன்
பின் வில் வித்தை
பின் வாள் வீச்சு
பின் குதிரை ஏற்றம்
பின் மற்போர்
நாளை நாளை என வேட்டை பின்னகர
ஆயத்தங்களில் கழிகிறது என் காலம்
திறந்து வைத்த கற்பூரம்போல்
ஆயுளின் கடைசித் தேசல் இப்போது
இனி ஆயத்தங்களைத் தின்று சாகும் என் முதுமை
பின்னும் உயிர்வாழும் கானல்.

காலச்சுவடு ஜூலை—செப்டம்பர் 1989

சுந்தர ராமசாமி கவிதைகள்

இளிப்பு

தூங்கும் என் செவிப்பறை அதிர
அதிகாலை கத்தும் அந்தப் பறவை
உண்மையில் கத்தல் அல்ல இளிப்பு
என்னை நினைத்து
என் அல்லல்களைக் கண்டு
என்னை ஆட்டிக் குலைக்கும்
புதைப்பயங்கள் மணந்தறிந்து
என் பிழைப்பின் பஞ்சாங்கம்
வரிவரியாய்ப் படித்ததுபோல்
அதிகாலை இளிக்கத் தொடங்குகிறது அது

இருப்பினும் ஒன்று அதற்குத் தெரியாது
நான் ஆயுள் காப்பில் பணம் கட்டி வருகிறேன்
இறப்பின் மூலம் இருப்பவர் பெறும்
மனிதத் திட்டங்கள் பற்றி எதுவும் தெரியாது
அந்த இளிக்கும் பறவைக்கு.

காலச்சுவடு ஜூலை–செப்டம்பர் 1989

குருஜி

நான் இறுதி மூச்சு விட்டதும்
சற்றும் தாமதம் இன்றி
என் தலையைவிட்டு இறங்கிச்சென்ற அந்தப் பேனை
மற்றொரு தலையில் சந்தித்தேன்
நீர் விடைபெற்றுச் சென்ற முறை
நட்புக்கு அழகல்ல என்றேன்
காலங்காலமாய்
கற்பாந்த காலமாய்
நான் இறங்கிச் சென்றிருக்கும்
தருணங்களும் தலைகளின் எண்ணிக்கைகளும்
அறிந்திருப்பின் இப்படி உளற மாட்டீர்
என்றது பேன்
எனக்கு எப்போது விவேகம் கூடும் என்று கேட்டேன்.

காலச்சுவடு ஜூலை—செப்டம்பர் 1989

பிறப்பின் முதற்கணம்

ஓடும் நதியில் மேகத்தின் நிழல்களைக் கண்டேன்
நதியின் எதிர்த் திசையில் விரைகின்றன அவை
அவற்றின் முரண்பட்ட சுமுகப் பயணங்கள்
உவகையில் ஆழ்த்திற்று என்னை
ஓடும் நதியுடன் ஓடவும் மேகங்களில் விரையவும்
எதிரெதிர் திசைகளின் நீட்சியில் கூடவும்
முரணில் வாழவும் முட்களைத் தழுவவும்
விழைந்தது என் மனம்.

இசையும் இசையின் குலைவும்
வடிவம் கூடில் இசையாகி நிற்பதும்
சூரியனும் பன்றியும் மலரும் புழுக்களும்
அழகின் நடனங்களில் ஆடிக் குதிப்பதும்
சாரமும் சாரத்தின் சக்கையும்
சக்கையின் சாரமும் அறிந்தபின் அணையும் மரணம்
பிறப்பின் முதற்கணம் என
போதைக் கனவுகளில் ஆழ்ந்திருந்தபோது
கல் ஒன்று விழுந்தது நீரில்
நதி கலங்கிற்று
மேகங்கள் கலைந்தன.

காலச்சுவடு ஜூலை—செப்டம்பர் 1989

பறக்கத் துடி

இன்னுமா நீ பறக்கவில்லை?
விரித்த சிறகுகளும்
தணிந்த முன்னுடலும்
தொட்டும் தொடாமல்
மேலெழுந்து நிற்கும் கால்களுமாய்
உன்னை வடித்திருக்கும்
அந்தச் சிற்பியின் அந்தரங்கம்
இன்னுமா உனக்கு எட்டவில்லை?
நீ அமர்ந்திருக்கும் அந்தக் கல்தூண்முன்
அகன்ற முற்றத்தில்
காலம் காலமாய் வந்திறங்கி
தம் அசைவுகளிலும் நளினங்களிலும்
சோபைகளை வாரியிறைக்கும்
புறாக்களின் சுதந்திரத்தைக்
கண்ணாரக் கண்ட பின்னுமா
சிறகை விரித்து
பாதம் உயர்த்தி
பறக்கத் தயங்கி
நின்று கொண்டிருக்கிறாய்?

சிறிது சிந்தித்துப் பார்
உன் இனம்போல் நீயும்
வானத்தில் வட்டமிட வேண்டாமா?
உனக்கும்தான் இருக்கின்றன
அவைபோல் சிறகுகள்
உடற்கட்டில் துல்லியம்
இதைவிடவா கூடும்.
உயிரா?
உள்துடிப்பில் இருந்துதானே பற்றிற்று
உயிரின் பொறி
கல்தானே கனலாயிற்று
பறக்கத் துடி
துடி துடி துடி
பற்றும் உயிர்.

சுபமங்களா நவம்பர் 1993

காற்றில் எழுதப்படும் கவிதை

அந்தப் பூ காற்றில் எழுதிக்கொண்டிருக்கும்
கவிதையின் பொருள் எனக்குப் புரியவில்லை
அது தன்னைப் பற்றி தன் அழகைப் பற்றி
எழுதவில்லை என்பது தெரிந்தது
அது துக்கம் கொண்டிருப்பது தெரிந்தது
அந்தத் துக்கம் மாலையில்
தான் வாடிவிடுவது பற்றி அல்ல
என்பது தெரிந்தது
அது தான் பூத்த செடி பற்றியும்
கொடிகள் பற்றியும்
மரங்கள் பற்றியும்
எழுத விரும்புகிறது
அது வெயிலைப் பற்றியும்
காற்றைப் பற்றியும்
கடலைப் பற்றியும்
சொல்லத் துடிக்கிறது.
அது எழுத விரும்பாத விஷயம்
எதுவும் இல்லை என்று எனக்குப் பட்டபோது
என்னையும் சேர்த்துச் சொல்ல
விரும்புவாயா என்று
நான் அதனிடம் கேட்டேன்
அதன் முகத்தில் விசனம் படர்ந்தது
அதன் உலகத்தில் நான் இல்லை என்பதை
ஏற்றுக்கொள்ள எனக்குக்
கஷ்டமாக இருக்கிறது.

சுபமங்களா நவம்பர் 1993

விம்மச் செய்யும் கடல்

கடலின் நிலைபெற்று நில்லாத
அதன் மனநிலை பற்றி யோசித்துக் கொண்டிருந்தேன்
அதன் நிலைபெற்று நில்லாத மனநிலைகூட
நிலைபெறாது போவதை எண்ணியபோது
துக்கம் என் தொண்டையை அடைத்தது
அதன் பரப்பும் ஆழமும்
அதன் சூரிய உறவு
அதன் கருப்பை
அதன் வளமையும் தொன்மையும்
ஒவ்வொன்றும் பரிணாமத்தின் பக்கங்களுக்கு
என்னை அழைத்துச் சென்று
வியப்பில் விம்மச் செய்கிறது.

இருப்பினும் அதன் நிலையற்ற தன்மை
இருப்பினும் அதன் சஞ்சலம்
இருப்பினும் அதன் மாறிவரும் நிறங்கள்
இருப்பினும் அது கடல்.

சுபமங்களா நவம்பர் 1993

சிதறும் கண்ணாடிகள்

மனிதனின் கண்ணாடி அறையில்
எப்படியோ மாட்டிக்கொண்டது
அந்த வண்ணத்துப்பூச்சி
அந்த அறைவெளியை ஏற்க மறுத்து
வெளி வெளியில் பாயத் துடிக்கும்
அதன் பரிதவிப்பைக் கண்டு
உலகம் நடுங்கிற்று
ஜன்னல் கண்ணாடியில்
அது மோதி விழுந்தபோது
உலகம் நடுங்கிற்று
கண்ணுக்குத் தெரியும் தோட்டத்தைச்
சென்றடைய முடியாதபடி
கண்ணுக்குத் தெரியாமல் குறுக்கே
என்ன சதி என்று அது கேட்டபோது
உலகம் நடுங்கிற்று
வெளியை ஏற்பேனே தவிர
சிறையை ஒருபோதும்
ஏற்க மாட்டேன் என்று
அது அலறியபோது
அந்தத் தடையின் கண்ணாடி
தூள்தூளாய்ச் சிதறிற்று.

சுபமங்களா நவம்பர் 1993

அன்பின் சிறகுகள்

மறுப்பில்லை
இந்தச் சிறகுகள் உன்னுடையவைதாம்
கேட்கும் கணத்தில்
தருவதாய்ச் சொல்லியும் இருந்தேன்
மறுப்பில்லை
ஆனால் நண்பனே
இப்போது சிறிது பறந்துகொண்டிருக்கிறேன்
காலம் காலமாய்க் கண்ட கனவு இது
இப்போதே தா என அடம்பிடிக்காதே
குற்றம் சாட்டும் முகத்துடன்
தயவுசெய்து பார்க்காதே
அன்பின் சிறகுகளை நினைத்துப் பார்
அதன் நீட்சியை
அதன் ஈரத்தை
அதன் மென்மையை
இறங்கும் நேரமும் நெருங்கிவிட்டது
முறைக்காதே தயவுசெய்து
தந்துவிடுகிறேன்
சற்றுப் பொறு
உன்னுடையவைதாம் இவை
மறுப்பில்லை.

சுபமங்களா நவம்பர் 1993

மௌன ஒளி

இந்த ஒளியின் இயக்கத்தில் ஓசை இல்லை
அதிகாலை ஓசையின்றி நெடுகிலும் பரவி
மாலையில் விடைபெற்றுச் செல்கிறது
இந்த ஒளியின் இயக்கத்தில் ஓசை இல்லை.

கேப்பியார் நவம்பர்—டிசம்பர் 1993

உறவு

உறவு அது அப்படித்தான்
கவர்ந்திழுக்கும் அத்தர் நெடியடிக்கும்
அணைத்துப் பிசையும் பூப்பூவாய்ப் பூக்கும்
மனங்கள் இணைந்து ஆக்கங்கள் மலரும்
காலடியில் அடிவானங்கள் குவியும்
அதன் பின் எகிறிக் குதித்து இரத்தம் கசியும்
துருவின் துகள்கள் புற்றுப்போல் குவிந்து
பார்வைகள் திரியும்
கசப்பு மண்டி அடித்தொண்டை அடைத்து
மலக்கிடங்கில் விழுந்து சாகும்
மீண்டும் உயிர்த்தெழுந்து வாசம் பரப்பி
வளைய வரத் தொடங்கும்.

கேப்பியார் நவம்பர்–டிசம்பர் 1993

    சுந்தர ராமசாமி கவிதைகள்

கவிதை என்பது சுதந்திரம்

கவிதை என்பது சுதந்திர
அப்போது தெரிந்தது
நான் இன்று வரையிலும் எழுதியிருப்பவை
கவிதைகள் அல்ல என்பது
என் நண்பர்கள் எழுதியிருக்கக்கூடும்
கவிதை என்பது கட்டுப்பாட்டின் அட்டகாசம்
என் நண்பர்கள் எழுதியிருக்கக்கூடும்
கவிதை என்பது பூஜ்ஜியம்
உளறல்களின் பேரார்த்தம்
கவிதை என்பது ஊடுருவி உருக்குலைப்பது
கவிதை என்பது பற்றுக்கோலின் கண்கள்
கவிதை என்பது உடலுறவின் உச்சக்கட்டம்
நான் எழுதியிருப்பவை அல்ல கவிதைகள்
என் நண்பர்கள் எழுதியிருக்கக்கூடும்.

கேப்பியார் நவம்பர்—டிசம்பர் 1993

மனச்சுமை மனிதன்

மனச்சுமை மனிதனை
மீண்டும் சந்தித்தேன்
கொண்டை ஊசியாக வளைந்திருந்தான்
அவன் வாய்
அவன் பாதங்களைக் கவ்விக்கொண்டிருந்தது
உடலும் உள்ளமும் ஆத்மாவும்
சுமையாகக் கனக்கிறது என்று அழுதான்
மரணம் விடுதலை தராதா என்றேன்
மரண பயத்தில்தான்
இரண்டாக மடிந்தேன் என்றான்.

நவீன விருட்சம் அக்டோபர்–டிசம்பர் 1993

மனம் நொந்து

மனம் நொந்து
தான் படைத்த சிற்பங்களை
அவள் உடைப்பதைக் கண்டேன்
அவள் முகத்தில் நெருப்பு
கொழுந்துவிட்டு எரிந்துகொண்டிருந்தது
கலையின் உன்னதங்கள்
சிதறுவதைக் கண்டு
மனம் நொந்து அழுதேன்
கனவு என்பதால்
எதுவும் செய்யக் கூடவில்லை
கண் விழித்தபோது
சுற்றிவரச் சிற்பங்களின் நொறுங்கல்கள்
அவள் இருந்த இடத்தில் நெருப்பு
கொழுந்துவிட்டு எரிந்துகொண்டிருந்தது.

நவீன விருட்சம் அக்டோபர்–டிசம்பர் 1993

நேற்றைய கனவு

என் நேற்றைய கனவில்
அந்தப் பாலம் தகர்ந்தது
வெகுநாள் வருந்தி
வியர்வை சிந்தி
கல்லுடைத்து
வெயிலில் வெந்து
பகிர்ந்துகொள்ள எவருமற்ற நிலையில்
தனியே ஏங்கி அழுது
சிறுகச் சிறுக நான் கட்டி முடித்திருந்த
அந்தப் பாலம்
நேற்று என் கனவில் தகர்ந்தது
மீண்டும் அதைக் கட்ட
எனக்குக் காலம் இல்லை
என் கனவை உணர்ந்த ஒரு இதயம்
எனக்காக அதைக் கட்டும்
தன் கனவில்.

நவீன விருட்சம் அக்டோபர்-டிசம்பர் 1993

சுந்தர ராமசாமி கவிதைகள்

இரவின் இடைவெளி

இந்த மரத்தின் வியாபகம்
தன் மடியில் பிடித்து வைத்திருக்கும்
இருளின் அடர்த்தியை
இரவு என்று சொல்ல வேண்டும்
அண்ட முடியாமல் திணறுகிறது
அந்த மாபெரும் சூரியன்
அப்போதும் கிளைகளின் இடைவெளிகளில்
ஆகாசத் துண்டுகள் தெரிகின்றன
தாழ்ந்த கிளைகளின் இடைவெளிகளில்
மேகங்களின் ஓட்டம் தொடர்கிறது.

சிலேட் பிப்ரவரி 1994

உயிரின் ஒளி

அறிவேன் சூரியனின் ஆக்கத்திறன்
அவனே வாழ்வின் கருப்பை என்பதையும் அறிவேன்
இருப்பினும் சந்திரனும் எனக்கு முக்கியம்
சூரியனைப்போல் சந்திரனிடம் ஒளியில்லை என்பதில்
எனக்கு விசனம் உண்டு என்றாலும்
சந்திரன் பிரதிபலிக்கும் அந்த ஒளி
அதன் தண்மை
அதன் மஞ்சள்
நெஞ்சை அள்ளும் அதன் அழகு
குழந்தைகளை அது வசீகரிக்கும் விதம்
காதலிகளுக்கு அது அளித்துவரும் ஊக்கம்
இவை எனக்கு முக்கியம்.

பூமிமீது எனக்குப் பிரியம் இல்லாமல் இல்லை
இங்கு வீசும் காற்றும் இங்கு சுரக்கும் நீரும்
சந்திரனில் இல்லை என்பதை அறிவேன் என்றாலும்
காற்றும் நீரும் உண்டு சுடர்விடும் என் உயிர்
சந்திரனுடன் உறவாடும்போது மட்டுமே
தன் ஒளியைப் பரப்பத் துடிக்கிறது.

சிலேட் பிப்ரவரி 1994

மனிதாபிமான ஃபாசிஸ்டின் ஜனநாயகக் குரல்

யார் சொன்னது
நான் ஃபாசிஸ்ட் என்று?
வரலாற்றில் நாங்கள்
கருத்து வேற்றுமை கொள்பவர்களை
நிர்மூலமாக்கி வருவது
சிந்தித்துப் பார்
யாருக்காக?
உங்களுக்காகத்தானே?
ஆகச் சரியான சிந்தனைகள்
எங்களிடம் கூடிவந்து
இறுதி விடைகளை நாங்கள்
வார்த்தெடுத்து வரும்போது
வெண்ணெய் திரள் தாழியை உடைப்பதுபோல்
நேர் எதிர்நிலையில் நின்று நீ மறித்தால்
உன் உயிரை வாங்குவதில் தவறென்ன?
நாற்று நட்டு களை பிடுங்கி
பயிர் காத்து கதிர் காணும்
எங்கள் மனித நேயம்
கோணல் கலைஞர்களுக்கு
ஒருபோதும் புரிவதில்லை
கோணல் கலைஞர்களின்
வக்கிர புத்திகள்
எப்போதும் ஏந்திப்பிடிப்பது
மாறுபடும் சிந்தனைகளைத்தானே
தம்பி அன்புடன் உன்னைக் கேட்டுக்கொள்கிறேன்
என் சீரிய சிந்தனைகளை உருப்போடு
என் தடங்களை மோப்பம் பிடித்து
முன்னால் போய் உறுதிப்படுத்து
என் குரலுக்கு வாயசைத்துப் பழகு
அப்போது தெரியும் உனக்கு
நான் எவ்வளவு பெரிய
ஜனநாயகவாதி என்று.

சிலேட் பிப்ரவரி 1994

நீ யார்?

நீ யார்?
மனிதன்தானா?
அப்படியென்றால் எந்த ஊர்?
என்ன மொழி?
என்ன ஜாதி?
ஜாதியின் உட்பிரிவென்ன?
மதத்தின் உட்பிரிவென்ன?
உட்பிரிவின் உட்பிரிவுகள் என்னென்ன?
சரி உயரம் எத்தனை செ.மீ?
நிறம் என்ன?
கண்மணிகளின் நிறம்?
சிவப்பா மஞ்சளா கறுப்பா
வறுத்த காப்பிக்கொட்டையா?
சொல்லு ஒவ்வொன்றையும்
துல்லியமாகச் சொல்லு.
உன் ஆசாரங்கள் என்ன?
அனுஷ்டானங்கள் என்ன?
மரக்கறியா? மிலிட்டெரியா?
உன் கடவுள் யார்?
உன் கடவுளுக்கும் என் கடவுளுக்குமுள்ள
வேற்றுமைகள் என்ன?
சொல்லு ஒவ்வொன்றையும்
துல்லியமாகச் சொல்லு

இறந்தால் புதைப்பீர்களா?
அல்லது எரிப்பீர்களா?
சரி குற்றவுணர்ச்சி உண்டா?
ஆற்றும் பணிகளில்
உயர்வு தாழ்வுண்டா?
பாவவுணர்ச்சி உண்டா?
தாழ்வு மனப்பான்மை எத்தனை வண்டி?
உன் கை விலங்குகளை நான் பார்க்கலாமா?
உன் கால் விலங்குகளைக் காட்டுவாயா?
உன் கண்பட்டைகளை
உன் வாய்க்கூடைகளை
நான் பார்க்கலாமா?
உன்னை நட்டு வைத்திருக்கும் இந்தக் குழியின்
ஆழத்தை நான் பார்க்கலாமா?
நீ யார்
மனிதன்தானே?
அல்லது மனிதன் மாதிரித்தானே?
அப்படியென்றால் எந்த ஊர்?
என்ன ஜாதி?
சொல்லு ஒவ்வொன்றையும்
துல்லியமாகச் சொல்லு.

சிலேட் பிப்ரவரி 1994

பசிஃபிக் கடலோரம்

பசிஃபிக் கடலோரம்
நடந்து சென்றுகொண்டிருந்தேன்
என் இடதுபக்கம் மனிதமுகம்போல் ஒரு பாறை
உச்சமன்ற நீதிபதியா?
அதே கடுகடுப்பு
தவறைத் தடுக்கக் குறுக்கிடும் முனைப்பு
பொறுப்பின் நெற்றிச்சுருக்கம்
அந்த முகம்
கடலலையை முறைத்துக்கொண்டிருந்தது
கரையோரம் சாகசக் குழந்தைகள்
ஆர்ப்பரித்துத் துள்ளி மறிகின்றன
கடலலைகளும் குழந்தைகளும்
கூடிமுயங்கிக் கும்மாளம் அடிப்பது
நம் நீதிபதிக்குத் தானே உணராத
அசௌகரியத்தை அளிக்கிறதோ?
மனத்தை அள்ளுகிறது கடலின் கொந்தளிப்பு
கன்னத்தை வருடுகின்றன
காற்றின் குழந்தை விரல்கள்
இதமான குளிர்
கடலோரப் பாறைகளில்

கைக்கடிகார யந்திரங்களை மிஞ்சும் பூச்சிகளின்
ஓய்வற்ற சலனம் ஓய்வற்ற பரபரப்பு
இவை மீதும் நம் நீதிபதியின் கவனம்
சிறிது பதியக்கூடாதா?
அப்போது சட்டங்கள் சற்றுப் பின்னகரக்கூடும்
இறுக்கம் தளரலாம்
இதம் கூடி வரலாம்
கல்முகம் நெகிழ்ந்து
புன்னகை மலர்ந்தாலும்
வியப்பில்லை
அந்தக் குழந்தைகளும் கடலலைகளும்
அந்தப் பூச்சிகள்
அந்தக் காற்று
அதன் குழந்தை விரல்கள்.

சிலேட் பிப்ரவரி 1994

ஓவியத்தில் எரியும் சுடர்

அந்த ஓவியத்தில் எரியும் சுடரை
கண் இமைக்காமல் பார்க்கிறது அந்தக் குழந்தை
அதன் விரல்நுனிகள் துடிக்கின்றன
தன் விரல்நுனிகளால்
எரியும் சுடரைத் தொடத்
துடிக்கிறது அதன் மனம்
சுடர் அருகே
தன் விரல்களைக் கொண்டுபோன பின்பும்
தயங்கி
மிகத் தயங்கி
தன் தாயின் முகத்தை ஏறிட்டுப் பார்க்கிறது
அந்தக் குழந்தை

   சுந்தர ராமசாமி கவிதைகள்

அந்தச் சுடர்
தன்னை எரித்துக்கொண்டே
ஓவியத்தை எரிக்காமல் இருக்கும் விதம்
அந்தக் குழந்தைக்கு விளங்கவில்லை
அந்தச் சுடர்
உருவாகி வந்தபோது
ஓவியரின் விரல்களை எரிக்காமல் இருந்த விதம்
அந்தக் குழந்தைக்கு விளங்கவில்லை
அழிக்காமல் எரியவும்
அழகாக நிற்கவும்
எப்படிக் கற்றுக்கொண்டது அது?
குழந்தையின் விரல்களில் அப்போதும்
வியப்பு துடித்துக்கொண்டிருக்கிறது.

சுபமங்களா மார்ச் 1994

தனித் தனியே

ஒரு பறவையின் சிறகுகள்
பறவையின்றிப் பறப்பதைக் கண்டேன்
சிறகுகளின்றிப் பின் வந்த பறவை
ஒரு இசையின் குழைவில்
லாவகமாய் தன் சிறகுகளைத்
தன்னோடு இணைத்துக்கொண்டது.

பறந்து பறந்து
பறவையின்றிப் பறக்கச் சிறகுகளுக்கும்
சிறகுகளின்றிப் பறக்கப் பறவைக்கும்
கூடி வந்த சூட்சுமம்
என் அகத்தில் விரிந்தபோது
துவண்டுகிடந்த என் மனத்தில்
ஒரு பூ மலர்ந்தது.

சுபமங்களா மார்ச் 1994

 சுந்தர ராமசாமி கவிதைகள்

இருப்புக்கு எதிராக

தட்டிலிருந்த தந்தூரி ரொட்டியைத்
தின்னவிடாமல் தடுக்கிறது
எதிர்நிற்கும் இந்த அகன்ற கல்தூண்
நிரம்பி வழியும் ஓட்டலில்
அந்தக் காலி ஒற்றை இருக்கையை
நான் தேர்ந்தெடுத்தபோது
அந்தக் கல்தூணின் விஷமம் பற்றி
நான் யோசித்திருக்கவில்லை
தனி இருக்கையிலும் உணவின் தரம் ஒன்றே என
என்னையே நான் மெச்சிக்கொண்டேன்
இப்போது இந்தக் கல்தூண்
என் முகம் மறைத்து வீதி முழுக்க மறைத்து
தன் பெரும் நிழலை என் தட்டில் சரித்து
தன் பிம்பத்தை என் நெஞ்சில் அழுத்தி
தந்தூரி ரொட்டிக்கும் என் வாய்க்குமிடையே
பூதாகாரம் பெற்று வளர்ந்து வரும் பதற்றத்தில்
என் இருப்பும் இருக்கையும் இயற்கையும்
ஒன்றோடொன்று மோதிச் சிதறியபோது
கல்தூணைத் தின்ன முடியுமா என்று நான் கத்தினேன்
யாரடா அது பைத்தியம் என்று
மேலாளர் குரல் கேட்டது.

சுபமங்களா மார்ச் 1994

அழிவின் உடன்பாடு

1

ஒவ்வொன்றும் இவ்வாறு எனில்
இனி எப்படிப் பொறுக்கமுடியும் என்று
அந்த இளைஞன் கேட்டான்
ஒவ்வொன்றும் இவ்வாறு எனில்
ஏந்தியவை நடுவழியில் வழியுமெனில்
ஏதும் போய்ச் சேராதெனில்
எவற்றையும் கொண்டு செலுத்த இயலாதெனில்
அனைத்தும் கைநழுவிப் போகுமெனில்
இருப்பும் இல்லாது ஒழியுமெனில்
ஆக்கங்கள் அழியுமெனில்
அழகுகள் நசியுமெனில்
அழிவின் தத்துவங்கள்
கொடிகொண்டு உயருமெனில்
பார்வைகள் இருள்மண்டிப் போகுமெனில்
நிமிரும் குழந்தைகள்
கூன்விழுந்து குறுகுமெனில்
கண்ணீரின் கால்வாய்கள்
நாற்சந்தியில் தேங்குமெனில்
அற்பங்களின் அதிகாரம் பெருகுமெனில்
நீர்நிலைகள் வற்றி
பூமி வெடித்துப் பிளக்குமெனில்
சுதந்திரத்தின் குறியீடாய்
வாய்க்கூடை அணிந்த மனிதன்
விடுதலைபற்றிக் கைச்சாடை செய்து
புலம்பித் திரிவானெனில்
ஒவ்வொன்றும் இவ்வாறு எனில்
இனி எப்படிப் பொறுக்க முடியும் என்று
அந்த இளைஞன் கேட்டான்.

   சுந்தர ராமசாமி கவிதைகள்

2

காதல் இல்லையெனில்
காதலிக்க எவருக்கும்
தெரியாது போகுமெனில்
வாய்ப்பேச்சில் ஒழுகுபவை
தரைதட்டாது பறக்குமெனில்
ஒடுங்கி ஒடுங்கி
உயிர் முடங்கிப் போகுமெனில்
மனத்தில் விரியும் மொக்குகளை
முஷ்டிகள் கசக்குமெனில்
தான் தேடும் பாதை
தனக்கில்லாது போகுமெனில்
வாழ்வின் நாதங்கள் கூட்ட
இசைக் கருவிகள் இல்லையெனில்
இனி எப்படிப் பொறுக்க முடியும் என்று
அந்தப் பெண் கேட்டாள்.

3

கூட்டம் ஆமோதித்துக் கலைந்தது.

சுபமங்களா மார்ச் 1994

சமத்துவம்

என் நண்பர்களின் குஸ்தியைப் பார்க்கப் போனேன்
சம ஜோடி என்பதால் பதற்றத்துடன்
ஆனந்தமாக இருந்தது விளையாட்டு
அப்போது எங்கள் நண்பன் சற்றும் எதிர்பாராமல்
அவன் வெல்ல வேண்டிய நண்பனை மருமத்தில் மிதித்தான்
அலறியடித்து எழுந்த என் நண்பன்
தன் எதிரியின் மருமத்தில் பதிலுக்கு மிதித்தான்
தொடர்ந்து என் நண்பர்கள் இருவரும்
மாறி மாறிக் கடித்துக் குதறிக் கொண்டனர்
நான் என் பழைய வழக்கம் தொடர
வன்முறை வேண்டாம் என்றதும்
ஏக காலத்தில் இருவரும் போடா நாயே என்றனர்
எங்களுக்குள் இப்போது முகதரிசனம் இல்லை.

கேப்பியார் மார்ச்—ஏப்ரல் 1994

   சுந்தர ராமசாமி கவிதைகள்

ஒரு போர்வீரரின் முறையீடு

எங்கள் ஆயுதக் கிடங்குகளை
ஏன் கொள்ளையடித்துச் சென்றீர்
எங்கள் வாள்களை
ஏன் திருடிச் சென்றீர்
வாள்கள் தொங்காத
இடுப்புகளுடன்
எவ்வாறு உயிர் வாழ்வோம்

தலைமுறையாய் இறங்கி வரும்
இடுப்பின் கரிய தடங்களை
இளைய தலைமுறையினருக்கு
எப்படி அளிப்போம்
வீரத்தின் அணிகலன்கள்
அழிவதை
எப்படிப் பொறுப்போம்

பொய் பேசிப் பழக்கம் இல்லை
வாளை உருவ எங்களுக்கு
வாய்ப்பிருந்ததில்லை யென்பது
மெய்தான்

உருவிய வாளை
உறையில் போடும் முன்
குருதி காண வேண்டுமென்ற
குருட்டு ஐதீகம்
எங்கள் கைகளை முடக்கிற்று
எங்கள் பரம்பரையில் எவரும்
அவர்தம் வாளைக் கண்டதில்லை
மெய்தான்
எங்களுக்கு உறவாடக்
கிடைத்தவை
வாளுறைகள் மட்டுமே

ஆகவே வாளுறைக்குள்
வாள்கள் இருந்தனவா என்று
ஐயம் எழுப்பாதீர் தயை செய்து

வாள்கள் இல்லையெனில்
வாளுறைக்கேது
இவ்வளவு கனம்
சுமந்தவர்களுக்குத்தான் தெரியும்
சுமையின் பாரம்
அறியாப் பருவத்தில் அதனை
அணிந்திருக்கக் கற்றோம்
இளம் பருவத்தில் அதனை
ஒதுக்கி அமரக் கற்றோம்
காளைப் பருவத்தில்
நிகழாத போர்களின்
கற்பனைப் பயங்களில்
கால் இடறாது ஓடக் கற்றோம்
இரவில் அவிழ்த்து வைத்தால்
எதிரிக்கு ஆகிவிடுமென்று
வாளுடன் உறங்கக் கற்றோம்
இன்றுவரையிலும் வாள்களைக்
காணக் கிடைக்காததில்
அந்தோ
வாள்வீச்சைக் கற்றோமில்லை
இருப்பினும்
எங்கள் வரலாற்றுப் புதினங்களில்
நாங்கள்
வாள்சுழற்றி வாள்சுழற்றி
வெற்றிவாகைகள் குவித்தபோது
உலகம் வியந்தது
நிழற்படங்களில் நாங்கள்
போர்கள் புரிந்தபோது
அனல் தெறித்தது

இப்போது நீங்கள்
முன்னறிவிப்பு ஏதுமின்றி
எங்கள் வாள்களைக்
கொள்ளையடித்துச்
சென்றுவிட்டீர்

இனி எங்கள் வீரத்தை
எவ்வாறு வெளிப்படுத்துவோம்
வாளின் சுமையின்றி
நிற்கத் தெரியவில்லை
அமர முடியவில்லை
உறக்கம் வரவில்லை.

எங்கள் மனங்களைப்
புண்படுத்திச் சென்றுவிட்டீர்
எனினும் அன்பு கருதி
எதிர்த் தாக்குதல் தொடரவில்லை
ஆனால்
ஒன்று மட்டும் சொல்கிறோம்:
ஊழ்வினை உங்களைத் தொடரும்
ஐயமில்லை
தப்பித்துப் போய்விடுங்கள்.

புதிய நம்பிக்கை மே—ஜூன் 1994

நீக்கமற

கண்விழித்த போது
மனதில் அந்தக் கவிதையைக் காணோம்
நடுநிசியில் அது குமிழியிட்டபோது
குறித்து வைத்திருக்க வேண்டும்
அப்போது
மனத்தின் அடிவானத்தில்
கவிதையின் விண்மீன்கள்
கொட்டிக் கிடந்தன
நுரை பொங்கி வந்தன அழகின் ஆழங்கள்
விடிந்ததும்
வெறிச்சோடிக் கிடக்கிறது மனம்
அவ்வரிகள் மீண்டும் வரக்கூடும்
ஒன்றில் எனக்கு
அல்லது உனக்கு
கவிதை வரிகள்
பார்க்கத் தெரியும்போது
இல்லாத இடம் இல்லை.

காலக்ரமம் 1994

 சுந்தர ராமசாமி கவிதைகள்

கொந்தளிக்கும் குடல்

சற்றே முதுமையிலும்
தன்னை விற்று வாழவேண்டிய நிலை
துப்பிச் சென்றவர்களின்
தொங்கும் உதடுகள்
எலும்பு துருத்தும் முகங்கள்
நினைவின் அருவியில்
திரண்டெழும் ஆவியின் மூட்டத்தில்
கரைந்துகொண்டிருக்கின்றன
அப்போதும் குடலின் பற்கள்
சதை தின்பதில் எரிகிறது உயிர்
அப்போதும் மேதைமை
வாழும் முறை பற்றிய பேச்சைத் தொடர்கிறது
ஒழுக்கத்தின் கிழிந்த கொடியின் கீழ்
குற்ற உணர்ச்சியின் நிழல்கள் படர்கின்றன
அப்போதும் கொந்தளித்துக்கொண்டிருக்கிறது குடல்
மேதைமை அப்போதும்
வாழும் முறையின் மறுபக்கம் எழுதுகிறது
எனினும் முதுமை முதுமையைத் தேடிவந்து
அரவணைத்து உஷ்ணம் பரப்பிக்கொள்கிறது.

குதிரை வீரன் பயணம் 1994

சாகா இறப்பு

அவன் விடைபெற்றுக்கொள்ளும் நிமிடங்கள்
என் மனத்தில் துடிக்கத் தொடங்கவே
பரபரத்து ஓடினேன் பார்க்க
அப்போது அவன் சூன்யத்தில்
ஆனந்த ஓய்வுகொண்டிருந்தான்
புழு அவனைத் தின்றுகொண்டிருக்கும் நிலையிலும்
கண்களில் உயிரின் பிரகாசம் மின்னிற்று
ஆனந்த ஓய்வில் அவன் எழுதியிருந்த கவிதையை
–கடைசி வரிகளா அவை–பார்த்தேன்
மரக்கிளைக் குருவி ஒன்று அருவியைப் பார்ப்பது போல்.
மரணம் இறங்கும் விதத்தைப் பார்க்கிறான்
அதற்கு மேல் ஒரு மயிரிழை இல்லை
ஈரக்கசிவு இல்லை இன்னும் கொஞ்சம் எனும்
                          இரங்கல் இல்லை
கடைசிப் புள்ளியில் தளம் கட்டும் துக்கம் இல்லை.

ஆற்றாமை என் தொண்டையை அடைக்க
இழை அறாது என் மனதில் ஓடும் மரணத்தை
மிக மோசமாக மீண்டும் வெறுத்தேன்
அப்போது அவனுடைய ஆனந்த ஓய்வு
அதன் பரிபூரணத்தை அடைந்து முடிந்திருந்தது
இறந்துகொண்டே திரும்பினேன்.

காலக்ரமம் 1994

அம்மணம் கொள்வோருக்கு
ஒரு சிறிய எச்சரிக்கை

தாமரைக் குளத்தில் குளிக்கக் கிடைத்தால்
விடவே கூடாத பேரனுபவம் அது
நான் குளம் என்கிறேன்
பொய்கை என்றும் சொல்லலாம்
தாமரை இலைகளும் மலர்களும்
இலைகளின் தளுக்கு அசைவுகளும்
சூரியனைக் கிழிக்க முன்னும்
கன்னி முலைகள்போல் மொக்குகளும்.

அதன்பின் அந்தக் குளிர்ச்சி
தொலைவில் மின்னும் நீரின் சருமம்
தென்றலில் புல்லரிக்கும் அற்புதம்
முற்பட்ட காலமும் நம் இன்றையக் கனவுகளும்
நம் வரலாற்றுப் புதினங்களும்
நம் அந்தரங்க நடிகைகளின் உடல் வாளிப்புகளும்
சம விகிதத்தில் கூடிக் கலந்து வழியும் அந்தச் சூழலில்
நாம் மறைவிடங்கள் தேய்த்துக் குளிக்கலாம்.

மனித மலங்கள் தங்க ஓட்டியாணம் போல்
கரையோரங்களில் மின்னுகின்றன எனில்
காரணம் ஆசனத் துவாரங்களே
இல்லையெனில் அது கிராமியப் பண்பாடு
அதனைப் போற்றுவோம்.

அம்மணம் கொண்டு குளியுங்கள்
அம்மணமும் அருகில் தாமரையும்
நீரின் புல்லரிப்பும் தென்றலும்
மொக்குகளும் இலைகளும்
நடிகைகளின் உடல் வாளிப்புகளும்
நம் கனவுகளும்
ஒன்றோடொன்று இசைவு கொண்டவை
இசைவுகளைப் போற்றுவோம்.

ஒன்று மட்டும் முக்கியம்
நீச்சலடிக்க வேண்டாம்
காலில் தாமரைக்கொடி சுற்றக்கூடும்
கன்னிகளைத்தான் பொதுவாகக்
காவு வாங்கும் என்றாலும்
எந்த விதி எப்போது எங்கிருந்து புறப்பட்டு
நம் காலைச் சுற்றுமென்பது
நமக்கு எப்படித் தெரியும்.

குதிரை வீரன் பயணம் ஆகஸ்டு 1994

பூனைகள் பற்றி ஒரு குறிப்பு

பூனைகள் பால் குடிக்கும்.

திருடிக் குடிக்கும் கண்களை மூடிக்கொள்ளும் மூடிய கண்களால் சூரிய அஸ்தமனம் ஆக்கிவிடும் மியாவ் மியாவ் கத்தும். புணர்ச்சிக்கு முன் கர்ண கடூரச் சத்தம் எழுப்பும் எப்போது ம் ரகசியம் சுமந்து வளைய வரும். வெள்ளை எப் பால் சம்பந்தமாக சர்வதேசக் கொள் கை கொண்டவை பெண் பூனைகள் குட்டி பே பாடும். ஒன்று அல்லது இரண்டு அல்லது மூன் று குட்டிகளுக்கு மியாவ் மி யாவ் கத்தச் சொல்லித் தரும் வ ாலசைவில் அழகைத் தேக்கிச் செல்லும். இ ரண்டு அடுக்குக் கண்களில் காலத்தின் குரூரம் வழியும் பூனைகள் குறுக்கே வராமலிருப்பது அவற்றுக்கும் நமக்கும் நல்லது. குறுக்கே த ாண்டிய பூனைகள் நெடுஞ்சாலைகளில் தாவரவி யல் மாணவனின் நோட்டில் இலைபோல் ஒட் டிக்கிடப்பதைக் கண்ட துண்டு. சிறிய பூனைகள் குறுக்கிட்டுத் தாண்டும் சிறிய பூனைகள்தான் பெரிய பூனைகள் ஆகின்றன. பூனைகளின் முது மையைக் கண்டறிவது கடினம். அவற்றின் மர ணத்திற்குச் சாட்சியாக நிற்பது கடினம் அ வற்றின் பேறுகால அனுபவங்கள் பற்றி நாம் யோசிப்பது காணாது. இருப்பினும் அவை இ ருக்கின்றன
பிறப்பிறப்பிற்கிடையே.

குதிரை வீரன் பயணம் ஜூலை 1994

அது குழந்தை

மொழியை வலையாக மாற்றி
வீசிப் பிடிக்க முயன்றபோது
கிழித்துக்கொண்டு வெளியே ஓடிற்று உண்மை
பிடிக்கப் பின்னால் பாய்ந்தேன்
பலன் இல்லை
மூச்சுத் திணறி சோர்ந்து சரிந்தேன்
பின் ஏதேதோ யோசனைகள்
தூக்கம்
கண் விழித்ததும் குழந்தைபோல்
மார்பில் அமர்ந்திருந்தது உண்மை
மௌனம் பிடிக்கும் என்றது
யோசனை பிடிக்கும் என்றது
அதிகம் பிடிப்பது
அன்புதான் என்று சொல்லிச் சிரித்தது.

உன்னதம் 1994

 சுந்தர ராமசாமி கவிதைகள்

காற்றைத் தேடி

காற்றின் நஞ்சை இழுத்து
திணறிற்று என் மூச்சுக் குழாய்
மேற்குக் கடலோரம் சென்றால்
கலப்படம் குறைந்த காற்று
கிடைக்கும் என்றார்கள்
மேலும் தொடர்ந்து சென்றால்
வெகு தொலைவில்
வேறு திசைகளில்
வெவ்வேறு வெளிகளில்
காற்றின் எச்சம்
காணக் கிடைக்கும்
என்றார்கள்
கடலில் நீச்சலடித்துச் சென்றால்
அடிவானம் தாண்டியதும்
காற்று கிடைக்கலாம்
என்றார்கள்
பறக்கத் தெரிந்தால்
மேக மண்டலங்களைத் தாண்டி
காற்றை இழுக்கலாம்
என்றார்கள்
நான் ஆயத்தமானேன்
அப்போது எனக்கு
தாகம் எடுத்து
நா வறள
தலை சுற்றிற்று
குடிநீர் குடிநீர் என்று
முனகத் தொடங்கினேன்
காற்றிடம்தான் கேட்க வேண்டும்
என்றார்கள்.

உன்னதம் 1994

நம் சவுக்கின் சொடுக்கல்கள்

யார் சொன்னது சவுக்கைச் சொடுக்காதே என்பது
நமக்கு மறந்து போயிற்று
சவுக்கைச் சொடுக்கும்போது
மின்னலிடும் அந்த ஓசை
நம் குருதி நாளங்கள் வழியாக
நம் மூளையில் ஓட்டும் திசுவை
நக்கி மீண்டும் நக்கி
நம் வாயோரம் வழிந்த போதையில்
உயிர்கள் குலைந்து உன்மத்தம் பரவி
மீண்டும் நாம் சவுக்கைச் சொடுக்கியபோது
மனங்கள் ஒடுங்கின
ஒடுங்கிய மனங்களை மேலும் ஒடுக்க
மீண்டும் சவுக்கைச் சொடுக்கினோம்
சொடுக்காத நேரங்களிலும் நுனி பிடித்து
சவுக்கில் வளையம் காட்டி நெளிந்தோம்
அப்போது நம் நிலையின் நெளிசல்களில்
இயற்கைக்கு எடுத்த குமட்டல் நமக்குத் தெரியவில்லை
போகப் போக
சொடுக்காத நேரங்களிலும்
சொடுக்கலின் ஓசைகள்
நம் காதில் விழுந்துகொண்டிருந்தன
நம் குறிகள் விறைப்புற்று நின்றன
எதிர் உடலின்றிப் புணர்ச்சியில் முயங்கினோம்
அப்போது ஊறிய போதையின் எச்சிலை

உறிஞ்சிக்கொண்டிருந்தோம்
இந்த உறிஞ்சலின் அருவருப்பில் இயற்கை நாணி
மனங்குன்றிச் சுருண்டது நமக்குத் தெரியவில்லை
நாணி மனங்குன்றிச் சுருண்ட இயற்கையைச்
சவுக்கைச் சொடுக்கிக் கொன்றோம்
பெண்மையின் புன்னகையில் இதழ் விரித்த
மொக்குகளைக் கொன்றோம்
பசியில் அழுது துடித்த
குழந்தைகளைக் கொன்றோம்
விழிகளில் படர்ந்த
நட்பின் தென்றலைக் கொன்றோம்
பூக்களைக் கொன்றோம்
சவுக்கைச் சொடுக்கிக் காற்றைக் கொன்றோம்
வானவெளியைக் கொன்றோம்
சவுக்கைச் சொடுக்கி
மின்னலிடும் சொடுக்கின் ஓசையில் போதையுற்று
மீண்டும் சொடுக்கியபோது
யார் சொன்னது சவுக்கைச் சொடுக்காதே என்பது
நம் போதைக்குத் தெரியாமற் போயிற்று
சவுக்கின் சொடுக்கு நம் மரணத்தில் கெக்கலிப்பது
நமக்குத் தெரியாமற் போயிற்று.

இந்தியா டுடே இலக்கிய ஆண்டு மலர் 1994 1995

மரபின் முள்

மனத்தின் ஆழத்தில் ஒரு முள்
குத்தி நின்றது.
நிலைகுலைய வைத்தது நெருடல்
அதை வெளியேற்ற
எவ்வளவோ முயன்றேன்
முடியவில்லை
யோசித்தபின்தான் தெரிந்தது
அது மரபின் ஆழத்தில் குத்தி நிற்பது
அப்போதும் நெருடல் தெரிகிறது
ஆனால்
நெருடும் இடத்தில் அது இல்லை.

வைகறை மார்ச் 1995

அறியாமையின் வயது

செய்திக் குவியல்களில் நீச்சலடிக்கும்
பேரறிஞன் என்று பெயர் பெற்றுவிட்ட
என் பழைய நண்பனைப் பார்த்தேன்.
கேள்விகள் எதுவுமின்றித்
தீர்மானங்களுடன் இருந்தான்
அவன் மனைவி எனக்கு உறவு
எப்படி என் நண்பன் என்று கேட்டேன்
தவறு செய்துவிட்டேன் என்றாள்
வருந்த வேண்டியதில்லை
அச்சு தரும் அறியாமைகளை
காலம் மாற்றும் என்று சொன்னேன்.
இருக்கலாம்
தலை நரைத்துவிடுமே என்றாள்.

வைகறை மார்ச் 1995

ஒரு படைத்தலைவர் மேலதிகாரிக்கு
மனதில் எழுதும் சொற்கள்

தாண்டிச் சென்றதும் பாலத்தைத் தகர்க்க
தங்கள் ஆணையை என் ரத்தத்தில்
எழுதிக்கொண்டிருக்கிறேன்
மேன்மை தங்கியவரே
குதிரைகளின் புட்டங்களில்
குதிரைகளின் முகங்கள் உரச
தாண்டிக்கொண்டிருக்கிறோம்
கடைசிக் குதிரை தாண்டியதும்
பாலம் பறந்து நதியில் மூழ்கும்.

தாண்டாமல் காத்திருக்கிறான் ஒரு வீரன்
தங்களிடம் சேதி சொல்ல
எப்படி மீண்டும் சேர்ந்து கொள்வேன்
என்று அவன் கேட்கவில்லை
தான் செல்லப் பாலங்கள் இருக்குமா
என்று அவன் கேட்கவில்லை
செய்தி சொன்ன பின் நான் இருப்பேனா
என்று அவன் கேட்கவில்லை
தன் குதிரை இருக்குமா
என்று அவன் கேட்கவில்லை
தாங்கள் இருப்பீர்களா
என்று அவன் கேட்கவில்லை.

மேன்மை தங்கியவரே
தகர்ப்பது பெரிது இல்லை
கேட்கப்படாத இந்தக் கேள்விகள்
அவற்றின் தகர்ப்பு...

காலச்சுவடு டிசம்பர் 1995

      சுந்தர ராமசாமி கவிதைகள்

வித்தியாசமான மியாவ்

எனக்குத் தெரிந்த பூனை ஒன்று
நேற்று இறந்தது
சவ அடக்கத்துக்கு
நாங்கள் போயிருந்தோம்
என் நண்பனின் மனைவி
அழத் தொடங்கியபோது
என் மனைவியும் அழுதாள்
குழந்தைகள் அழுதன
சில வார்த்தைகள் பேசும்படி
என் நண்பன் என்னைக் கேட்டுக்கொண்டான்
நான் பேசத் தொடங்கினேன்:
'இந்தப் பூனையின் மியாவ் மியாவ்
வேறு பூனைகளின் மியாவ் மியாவிலிருந்து
வித்தியாசமானது
மேலும்...

காலச்சுவடு டிசம்பர் 1995

ஒளி ஏற்ற பின்

மனதில் முடித்துவிட்ட கவிதையை
எழுதவிடாது வாட்டுகிறது இந்தக் குளிர்
கையகலம் வெயில் வந்தாலும் என்காரியம் கூடிவிடும்
சுற்றியிருக்கும் இந்த ஒளியிடம்
மீண்டும் மீண்டும் என் கவிதையைச் சொல்லி
பரவசத்தில் சிறிது உஷ்ணம் பெற்று
குளிர் காய்ந்து கிடக்கிறேன்.

ஒளி என் கவிதையை ஏற்றால்
வெயிலை அது அழைத்து வராதா?
என்ன இது? ஒளி வேறு வெயில் வேறா?
ஒளியின் குதூகலம்தானே வெயில்
விரைவில் ஒளி வெயிலாக மாறும்

அது சரி. ஒளி ஏற்ற பின்
என் கவிதையைக் காகிதத்தில்
கொட்டிவைக்க அவசியம் உண்டா?

காலச்சுவடு டிசம்பர் 1995

உங்கள் யோசனை

அந்த முதியவர்
எதிர்ச் சுவரில் தட்டி
ஆவேசத்துடன் ஆடுகிறார் பந்து
துளைபோடவா இந்த ஆவேசம்?
துளைபோட்டுப் பந்தை மறுபக்கம் தள்ளி
தானும் அந்தப் பந்துடன் சென்று
மட்டை குறுக்காக மாட்டிக்கொண்டால்
எப்படி அதைப் பைசல் செய்வார்?
மட்டையை விட்டு மறுபக்கம் விழுந்து
தானே தன்பந்தைப் பொறுக்கலாம்.
மட்டையை விட மனமின்றி
அந்தரத்தில் தொங்கலாம்

உங்கள் யோசனை என்ன?
அதைப் பொறுத்திருக்கிறது
இந்த உலகின் எதிர்காலம்.

'107 கவிதைகள்', ஜனவரி 1996

மிஞ்சும் ஒரு கவிதை

என் கவிதையொன்று
கவ்வும் காலத்தின் வாயிலிருந்து தப்பித்துவிடும்.
அது எந்தக் கவிதை என்பது இப்போது
எனக்குத் தெரியவில்லையென்றாலும்
ஒரு கவிதை
கவ்வும் காலத்தின் வாயிலிருந்து தப்பித்துவிடும்.

அது காலத்தில் மிதந்து செல்லும் அழகை
என் மனக்கண்ணால் பார்க்கும்போது
துக்கம் பொங்குகிறது.

அந்தக் கவிதையில்
அரிய செய்தி ஒன்று
ரகசியமாய்ப் புதைந்திருக்கும்

கற்றறிந்த மகான்கள்
இவ்வாறு இவ்வாறு என
எவ்வளவுதான் விரித்தாலும்
அவர்கள் கண்களுக்குத் தெரியாமல்
மறைந்து கிடக்கும் அது.

எனினும் படிப்பை வெறுத்து
பள்ளியை வெறுத்து
ஊரை விட்டோடும் சிறுவனுக்கு
அந்தக் கவிதை புரிந்துவிடும்.
மணம் முடிந்த தருணங்களில்
கண்கள் நிறையும் மணப்பெண்கள்
கண்களைத் துடைத்துக் கொள்ளும் முன்
அந்தக் கவிதையைப் படித்தால்
அவர்களுக்குப் புரிந்துவிடும்
மனைவியை முதுமையில் இழந்து
வாடும் சோகத்துக்கு
பளிச்சென்று புரியும் அந்தக் கவிதை.

'107 கவிதைகள்', ஜனவரி 1996

 சுந்தர ராமசாமி கவிதைகள்

தலையில் சுள்ளிகளுடன்
ஒரு கரியநிறப் பெண்

உன் நிறம் என்னைக் கவர்ந்தபின்தான்
உன் முகத்தைக்
கவனிக்கத் தொடங்கினேன்.
நான் நின்ற கோணத்தில்
உன் கண்கள் எனக்குத் தெரியவில்லை.
விழிகள் மண்ணில் பதிந்து கிடக்க
கண் இமைகள் தாழ்ந்திருந்தன.

அப்போது உன் தலைச்சுமை
என் மனதை இலேசாக அழுத்திற்று.
அவை சுள்ளிகள்தான்; விறகல்ல
காட்டை அழிப்பவர்களுக்கு விறகும்
காட்டில் வாழ்பவர்களுக்குச் சுள்ளிகளும்.
உன் முகம்போல் காய்ந்திருக்கும் அச்சுள்ளிகள்
இன்றிரவு உன் உலைக்குப் பயன்படும்.
உன் வயிற்றில் என்றும் அவியாது எரியும் உலையை
அவிக்க இச்சுள்ளிகள் இன்று பயன்படும்.
சரி; உலையில் போட உணவிருக்கிறதா?
இருக்குமென்றுதான் நம்புகிறேன்.

நாளை மீண்டும் உன் உடலின் உலை மீளும்
உலையை மூட்ட மீண்டும் நீ
சுள்ளிகள் பொறுக்கவேண்டியிருக்கும்.
மீண்டும் இதே கோலத்தில்
உன்னை நான் பார்ப்பேன்.
மண்ணில் பதிந்த விழிகளுடன்
விழிகளை மறைக்கும் தாழ்ந்த இமைகளுடன்.

காலச்சுவடு டிசம்பர் 2005

சைக்கிளில் பூ விற்பவர்

சைக்கிளில் பூ விற்கும் இவரை
இப்போது பார்க்கும்போது
இதற்கு முன்னும் பல முறை
பார்த்தது போலவே இருக்கிறது.
எந்தெந்த இடங்களிலோ
எந்தெந்த காலங்களிலோ
எத்தனை யுகங்களாக
இந்தப் பூக்களை விற்கிறீர்?

எதற்கு சைக்கிள்?
விரைவில் தூரத்தைத் தாண்டவா?
வாடுவதற்கு முன் பூக்களைச் சேர்க்கவா?
காலம் நிற்குமா?
மாற்றங்கள் இல்லாது ஒழியுமா?

பூக்கள் வாடும்
சைக்கிள் பழுதடையும்
காலத்தின் நரையும் மெல்ல மெல்ல
உங்கள் தலைமீது ஏறும்.
இன்று தங்கள்
ஆசைக்கு அழகேற்றும் பெண்கள்
நாளை
உங்களை நினைவு கொள்வார்களா?
காலம் உங்களை நினைவு கொள்ளுமா?
ஊரின் கதை உங்களைப் பதிவு செய்யுமா?
நாளை மற்றொருவர்
பூ விற்க வரும்போது
'அவர் எங்கே?' என்று யார் கேட்பார்?

மொக்கவிழ்ந்து
மணம் விட்டு
அழகு பரப்பி
களிப்பூட்டி
பின்னர் வாடி வதங்கி
உலர்ந்து சருகாகிறது பூ
உங்களுக்கும் பூவுக்கும்
என்ன வித்தியாசம்.

காலச்சுவடு டிசம்பர் 2005

இணைப்பு

'107 கவிதைகள்' தொகுப்பு வெளிவருவதற்கு முன்னும் பின்னும் – 1993 – 2005 வரை – சுந்தர ராமசாமி எழுதி, பிரசுரத்துக்கு அனுப்பாமல் வைத்திருந்த கவிதைகளின் கரட்டு வடிவங்கள் அனைத்தும் இப்பகுதியில் தொகுத்துக் கொடுக்கப்பட்டுள்ளன.

டிசம்பர் 31 எழுதிய கவிதை

வரிசையில் அநீதி அதுதான் என் வருத்தம்
ஒவ்வொரு நாளும் அந்நாளை நினைத்து
வாழும் மனிதர் எனக்கு மட்டும் இல்லை
நான் வந்ததும்
என்னைத் தள்ளி விட்டு நான் இல்லாதது போல்
மறுநாளை நினைக்கத் தொடங்கி விடுகின்றனர்
மறுநாளும் என்னைப் போல் ஒரு நாள்தான்
காலத்தைக் கூறுபோட்ட பொய்யில்
எங்கிருக்கிறது ஆரம்பம்
எங்கிருக்கிறது முடிவு.
இல்லாததற்கு இருப்புத் தருவது
இருப்புத் தந்தபின் மறுப்புத் தருவது
மனிதனின் கற்பனையில் நாளுக்கு ஒரு நீதி
இப்போது நான் சொல்கிறேன்:
நான் அல்ல கடைசி. நான்தான் ஆரம்பம்
என் பெயரை மாற்றிக்கொள்வதில்
எனக்கு ஆட்சேபணையில்லை
எண்களில் ஏற்றத்தாழ்வை
இனிப் பொறுக்க முடியாது.

17.12.93

என் இளமை நினைவில்
அடி நுனியில் எப்போதும் இருந்தது
என்னை வாட்டி எடுத்த அந்த பயம்
என் மூளையின் வானத்தில்
மனக்குழப்பத்தின் மேகங்கள்
இரவின் கருமைபோல் திரண்டிருந்தன
அந்த இருளில் வானவில் போல்
பயங்களின் வண்ணங்கள் பளிச்சிட்டன
அப்போது நான்
என் அறையின் மூலையில் இருந்தேன்
எனக்கென்று அறை எதுவும் இல்லை என்றாலும்
அறைகளின் மூலைகள் என்னுடையயவாக இருந்தன
எப்போதோ ஒரு முறை
தயங்கி, மிகத் தயங்கி
முன்திண்ணைக்கு வரும் போது
அங்கொரு உயிர்
அல்லது உயிரின் நிழல்
காலடி ஓசை
அல்லது காலடி ஓசையின் நிழல்
விரைந்து திரும்புவேன் என் மூலைக்கு
அந்த மூலையின் இருள் இதமாக இருந்தது
அந்த இருளில் குளிர் ஊடுருவி நின்றது
இருளும் குளிரும்
அந்த மூலையின் தூசி நெடியும்
தரை சுவரேறும் இடத்தின் வழவழப்பும்
சிமிட்டித் தரையின் மயிர் வெடிப்பும்
எனக்கு உயிரின் உறவாக இருந்தன
அந்த மூலை உலகுடன்
என் கற்பனை உலகுகளை நான் பிசைந்து
நான் படைத்த உலகின் கருப்பையில்
நான் வாழ்ந்து கொண்டிருந்தேன்
அந்த உலகின் வண்ணங்களை
எந்தச் சூரியனாலும் அறிய முடியாது
அப்போது கண்ணாடி
என் முகத்தில் அப்பிக் கிடந்த சோகம்
என் மனதைத் தாக்கிற்று
என் கண்களின் வறட்சி என் மனதைத் தாக்கிற்று
என் பேச்சுத் திணறிற்று
சொற்கள் என் நாவைப் புறக்கணித்து
தொலைவில் தெறித்து விழுந்தன

   சுந்தர ராமசாமி கவிதைகள்

பிரம்புக் கூடை போன்ற
என் நெஞ்சின் கூண்டில்
மூச்சுத் திணறித் தவித்தது
என்னை ஒடுக்கும் மா ஆயத்தம்
எந்தத் தந்திரப் பட்டறைகளில்
இருளிலிருந்து இழை எடுத்து
சவுக்குகளிலிருந்து மலர் தொடுத்து
ஆக்கப்படுகிறது என்று தெரியாமல்
நான் விழித்துக் கொண்டிருந்தேன்
அப்போது நான் அழுதுகொண்டிருந்தேன்
நான் உறைந்திருந்தேன்
என் உறைவில் தளர்ச்சிக்கு இடமில்லை
இறுக்கத்தின் பதற்றத்தில்
காலோசையின்றி நடந்து
நான் ஒதுங்கிச் சென்றேன்
எதிர் கொள்ளும் ஜீவன்கள்
அவமானம் தந்து
என்னைக் கூசிக் குறுக வைக்க
கொள்ளும் ஜாலங்களுக்குப் பயந்து
அறிந்த முகங்கள் தவிர்த்து
அறியாத முகங்கள் தேடி
என்ன ஏது என்று தெரியாத
இழுப்புக்கு ஆட்பட்டு
சந்துகள் வழி நான் சென்றேன்

குறுகிய சந்துகளில்
வறண்ட முகங்கள் மீது
படிக்கட்டுகள் மீது
இற்றுப்போன தூண்கள் மீதும்
அழுக்குச் சுவர்களின்
தூசி படிந்த மாடப் பொறிகள் மீதும்
எப்போதும் உரக்க ஒலித்துக்கொண்டிருந்த
குரல்களின் வண்ணங்களின் மீதும்
சாக்கடைகள் மீதும்
பள்ளங்களில் இறங்குகிற
தெருபடிக்கட்டுகள் மீதும்
தலை உராய்ந்த ஓலைக் கீற்றுக்கள் மீதும்
தெருக்களில் தேங்கிக் கிடந்த தண்ணீர் மீதும்
குழந்தைகளின் அம்மணம் மீதும்
தெருச்சண்டைகள் மீதும்
பேனை உருவும் கைகள் மீதும்

பேனை ஆராயும் முகச்சுளிப்புகள் மீதும்
தெருக்களில் விழுந்த
இருள் கலந்த ஒளி மீதும்
படிக்கட்டுகளில் தீட்டப்பட்ட கத்திகள் மீதும்
ஓசை எழுப்பும்
கிழட்டு ராட்டினங்கள் மீதும்
வாளிகளின் தகர ஓசையின் மீதும்
இற்றுப் போன கயிறுகளின் மீதும்
பொருந்தாமல் நின்ற
ஓட்டை ஆஸ்பெஸ்டாஸ்
குளியலறைக் கதவுகளின் மீதும்
தெருக்களை இயன்ற அளவு சுத்தப்படுத்திய
மழை மீதும்
என் மனம் வழிந்து கொண்டிருந்தது
அங்கு குடியிருந்த ஜீவன்களுடன்
அவர்களுக்குத் தெரியாமல்

மனதின் ஆழத்தில்
நான் உறவாடி வந்த விதம்
எனக்கு இதம் தந்தது
என் உயிர்
இந்தத் தெருக்களில் அலைகின்றது
இந்தத் தெருக்கள் அழுக்கானவை
இடிந்து கிடக்கின்றன படிக்கட்டுகள்
ஓடைகளின் ஆழம் குறைவதில்லை
நிலைகளும் சன்னல்களும்
காலத்தின் கரையான்கள்
மென்று விழுங்கியவை
குடிலில் எரியும் சுடரில்
வாட்ட எதுவும் இல்லை
இருப்பு என்பது இறப்பு
இறப்பும் கைகூடாத இருப்பு
இருப்பு என்பது இல்லாமையின் தவிப்பு
இருப்பு என்பது அவமானம்
இருப்பு என்பது கூசிக் குறுகி ஒடுங்கிப் போகுதல்
உழைப்பு சென்று விழும் குழியில்
ஆழத்திற்கு அளவில்லை
ஆக்கம் அடையாளம் இன்றி
எப்போது எப்படியோ கரைந்து போகிறது
நாளை என்பது துக்கம்
மனைவி என்பது சுமை
குழந்தைகள் என்பவை கடன்கள்

  சுந்தர ராமசாமி கவிதைகள்

வாழ்க்கை என்பது கற்பனை
என்னை உங்களுக்குத் தெரியாது
அன்றும் இன்றும்
எனக்கு உங்களைத் தெரியும்

உங்கள் முகங்கள்
உங்கள் பெண்களின் முகங்கள்
குழந்தைகளை
உங்கள் கற்பனைகளை
விரும்பும் ஆத்மாவை
உங்கள் தலைவிதிகளை நீங்கள் பின்னத்தரும் சிலந்திகள்
வலைகளில் சிக்க வைக்கும் உங்கள் விதியை
நான் அறிவேன்
உங்களுக்குத் தெரியாமல்
உங்கள் பக்கத்தில் நான் நிற்கிறேன்
நான் உங்களை ஸ்பரிசித்ததில்லை என்பது உண்மைதான்
நெருங்கி நின்ற போது ஸ்பரிசிக்கத் தவறினேன்.
எனக்கு உங்களைப் பார்க்கத் தெரிந்த அளவுக்கு
ஊடுருவத் தெரியவில்லை
ஊடுருவ முயன்ற போதும்
உங்கள் மனங்களில் படர்ந்திருந்த
அனுபவங்களின் வழுக்குப் பாசியில்
சறுக்கி விழுந்தேன்
உங்களை அறிந்த அளவுக்கு
என்னால் உணர முடியவில்லை
என்னிடம் இருந்த கண்ணீர் வேறு
நீங்கள் சிந்திய கண்ணீர்
நான் சிந்தியிராத வரையிலும்
உங்களை உணருவது அரிது
கண்ணீருக்குப் பல வண்ணங்கள்
அதன் சூட்சுமம் அளவிட முடியாதது
அதை ஒன்றென நினைத்து தோல்வியில் சரிகிறோம்.
தோற்றமற்ற உண்மை
என்பதை உரு போடுவது எளிது
அறிவது அரிது
அறிவது மேதாவி
அறிவது மனப்பக்குவம்
அறிவது விவேகம்
கைகளால் கண்ணீரைத் துடைக்கலாம்
கன்னச் சதுப்புகளில்
உள்ளங்கை அழுகாக உறவாடும்
நூலால் புத்தகப் பிணங்களால்

அச்சுக்காட்டில் முளைத்து நிற்கும்
அறிவின் அகங்காரம்
கண்ணீரைத் துடைக்க முடியாது
இப்போது என் நினைவு சரியில்லை
இப்போது என் மனம் சரியில்லை
என் புத்தி தடுமாறுகிறது
பேதலித்து எது உண்மை
எது பொய் என்று தெரியாமல்
மனம் முழுக்க நெருங்கிய
கரும் மேகங்கள் என் பார்வையில்
விழுங்கிக் கொண்டிருக்கும் போது
தவிப்பின் சாய்வு நாற்காலியில்
விழுந்து கிடந்து புலம்புகிறேன்.
இப்போது நான் மீண்டும்
என் பழைய நினைவுகளுக்குப் போக வேண்டும்
நினைவின் முதல் திரையைக் கிழிக்க வேண்டும்.
அங்கிருந்து தொடங்க வேண்டும் என் வார்த்தைகள்
அங்கிருந்து அள்ளிக்கொண்டு வர வேண்டும்
இருளில் கொட்டிக் கிடக்கும் என் உண்மைகள்
நான் பிறந்திருக்க வேண்டியதில்லை என்று நினைக்கிறேன்.
பிறப்பும் ஒரு பழக்கம்
விவஸ்தை கெட்ட பழக்கம்
அபோதத்தின் விளைவு
ஆசையின் விளைவு
யோசனைகளின் சுட்டெரித்த சாம்பல்
உண்மையின் பிறப்புக்குப் பொருளில்லை
அது ஒரு பழக்கம்
உணர்ச்சியின் வடிகால்

அதில் திட்டமில்லை
அது வெறும் விளைவு
அபத்தங்களுக்கு அர்த்தங்கள் இயற்றி
இருப்புக்கு விளக்கம் தேடுகிறோம்
அயராது மனம் சோராது
அர்த்தங்கள் நீக்கி
அர்த்தங்கள் இயற்ற
ஆயிரம் ஆயத்தங்கள் கூட்டியும்
இயற்றப்பட்ட அர்த்தங்கள்
தன் சிறகுகளை விரித்து
பிரபஞ்சங்களைத் தன் இறகுகளில் மறைத்துக் கொண்ட

பின்பும்
அபத்தங்களின் அடிப்படைகள்
தொடர்கின்றன
நான் என்ற அபத்தம்
அபத்தங்களில் நான் தொடர்ந்த கதை
அதில் நான் அடைந்த வேதனை
என் துக்கம்
அபத்தங்களை நான் அர்த்தங்களாக மாற்றிக் கொண்டே
அதற்கான என் ரண வேதனைகள்
உலகம் என்னை வாள்கொண்டு அறுத்த விதம்
என்னையே நான் வாள்கொண்டு அறுத்த விதங்கள்
இவை எஞ்சி முகத்தில் அப்பிக் கிடந்தன.

நான் செயல்பட்டேன்
அது எனக்குத் தேவையாக இருந்தது.
செய்கையின் மூலம் செய்கையை அறிய முயன்றேன்.
செய்கையின் நுட்பங்கள் எனக்குக் கூடிவந்தன.
தேற்றிக் கொள்ள எதுவும் இல்லாத நிலையிலிருந்து
தேற்றிக் கொள்ள சில கிடைத்தன
பாதசாரி ஒருவர்
வெளிச்சுவரில் படர்ந்திருக்கும் பூக்களில் ஒன்றைக்
கிள்ளிக் கொண்டு போவது போல்
எனக்கு ஆறுதல்கள் கிடைத்தன
இருந்தும் சிறிதும் நிம்மதியின்றி
நான் அலைந்து கொண்டிருந்தேன்
அலைச்சலில் எனக்கு முகங்கள் கிடைத்தன.
அலைச்சலில் எனக்கு உறவுகள் தெரிந்தன.
அலைச்சலில் அன்பும் கொடுமையும் என் முன் வந்தது
அலைச்சல் என் கனவுகளைத் தகர்த்தது
என் வீட்டில் மேஜையில் கிள்ளி வைக்கும் பூக்கள்
உண்மை அல்ல என்பதை நான் அறிந்தேன்
உண்மை அல்ல என்று அறிந்த போது
என் வீட்டுப் பூக்கள் எனக்கு ஏமாற்றத்தைத் தந்தன
என்னை யாரோ சம்மட்டி கொண்டு அடித்து
என் மென்மையை நீக்கி
என்னைத் திடப்படுத்தி
உறுதியில் உந்துவதை உணர்ந்தேன்
எனக்குக் கிடைத்த வேர்கள் வலுவானவை
ஆனால் என் மனமோ இறுக்கமற்ற நெகிழ்ச்சி

22, 25, 26.12.1993

என் இளமை நினைவின்
அடிநுனியில் எப்போதும் இருந்தது
என்னை வாட்டி எடுத்த அந்தப் பயம்
என் மூளையின் வானத்தில்
மனக்குழப்பத்தின் மேகங்கள்
இரவின் கருமை போல் திரண்டிருந்தன.
அந்த இருளில் வானவில் போல்
பயங்களின் வண்ணங்கள் பளிச்சிட்டன
அப்போது நான்
என் அறையின் மூலையில் இருந்தேன்
அறை எதுவும் எனக்கில்லை என்றாலும்
மூலைகள் என்னுடையவையாக இருந்தன
எப்போதோ ஒரு முறை
தயங்கி, மிகத் தயங்கி
முன்திண்ணைக்கு வரும் போது
அங்கொரு உயிர்
அல்லது உயிரின் நிழல்
நிழலின் காலடி ஓசை
அல்லது காலடி ஓசையின் நிழல்
என் மனம் படபடக்கும்
விரைந்து திரும்புவேன் என் மூலைக்கு
இதமாக இருந்தது இருள் அந்த மூலையில்
ஊடுருவி நின்றது குளிர்
இருளும் குளிரும்
அந்த மூலையின் தூசி நெடியும்
தரை சுவரேறும் இடத்தின் வழவழப்பும்
சிமிட்டித் தரையின் மயிர் வெடிப்பும்
எனக்கு உயிரின் உறவாக இருந்தன.

அந்த மூலை உலகுடன்
என் கற்பனை உலகுகளைப் பிசைந்து
நான் படைத்த உலகின் கருப்பையில்
நான் வாழ்ந்து கொண்டிருந்தேன்
அந்த உலகின் வண்ணங்களை
எந்தச் சூரியனாலும் அறிய முடியாது
அன்றைய கண்ணாடிகளில்
அப்பிக் கிடந்த என் முகத்தின் சோகம்
என் மனதைத் தாக்கிற்று
என் கண்களின் வறட்சி என் மனதைத் தாக்கிற்று
பேச்சில் திணறினேன்

சொற்கள் என் நாவை மறுத்துத் தெறித்தன
பிரம்புக் கூடை போன்ற
என் நெஞ்சின் கூண்டில்
மூச்சு திணறித் தவித்தது.

என்னை ஒடுக்கும் ஆயத்தம்
நெசவாகும் பட்டறைகளில்
இடம் தெரியாது தவித்தன
அப்போது
ஒடுக்கத்தின் இறுக்கத்தில்
முடங்கிக் கிடந்தேன்
காலோசை எழாது நடந்து
ஒதுங்கிச் சென்றேன்.
எதிர்கொண்ட ஜீவன்கள்
அறிந்தோ அறியாமலோ
பேச்சிலும் பார்வையிலும்
எனக்குத் தந்த அவமானங்களில்
கூசிக் குறுகினேன்
அறிந்த முகங்கள் தவிர்த்து
அறியாத முகங்கள் தேடி
நான் அலைந்த அலைச்சலில்
என் உடல் வெந்து போயிற்று
அந்தக் குறுகிய சந்துகளில்
வறண்ட முகங்கள் மீது
இடிந்த படிக்கட்டுகள் மீது
இற்றுப் போன தூண்கள் மீதும்
அழுக்குச் சுவர்களின்
தூசி படிந்த மாடப் பொறிகள் மீதும்
கூரையில் மோதி
தெருக்களில் வந்து விழுந்த
கற்றல்கள் மீதும்

எப்போதும் வற்றாத
சாக்கடைகள் மீதும்
என் தலையில் உராய்ந்த
தென்னோலைக் கீற்றுக்கள் மீதும்
லாகவ தாண்டல்களில்
எனக்குப் பெருமை தேடித்தந்த
தேங்கிக் கிடக்கும்
தெருக்களின் குட்டைகள் மீதும்
குழந்தைகளின் அம்மணம் மீதும்
தொண்டையை உரைத்து

வசைகளில் வாய் ஓரம் கிழிந்து
வெடித்து முடிவின்றி விரிந்து
அடங்கி ஓயும் நேரத்தில்
மீண்டும் வெடித்து விரியும்
தெருச் சண்டைகளின் மீதும்
பேனை உருவும் விரல்களின்
அசைவுகள் மீதும்
பேன்களை ஆய்ந்தறியும் முகச் சுழிப்புக்கள் மீதும்
படிக்கட்டுகளில் ஏறும் வெயில் மீதும்
முன் வாசல்களின் பின்பக்கம்
எப்போதும் விழுந்து கிடக்கும்
இருள் கொண்ட ஒளிகளின் மீதும்
திண்ணை ஓரங்களில்
தீட்டப்படும் கத்திகளின் மீதும்
கிழட்டு ராட்டினங்களின் ஓசைகள் மீதும்
வாளிகளின் தகர ஓசைகளின் மீதும்
இற்றுப் போன கயிறுகளின் மீதும்
குளியலறைக் கதவுகளின் மீதும்
தெருத்தெருவாய் படியிறங்கி

5.1.1994

இங்கு நான் என்பது நாளல்ல
என் இளமை நினைவின்
அடிநுனியில் எப்போதும் இருந்தது
என்னை வாட்டி எடுத்த பயம்
என் மூளையின் வானத்தில்
மனக்குழப்பத்தின் மேகங்கள்
நள்ளிரவின் கருமைபோல் திரண்டிருந்தன
அந்த இருளில் வானவில் போல் பயம் உதிர்ந்து
கொண்டிருந்தது
அப்போது நான் அறையின் மூலையில் இருந்தேன்
எனக்கென்று அறையெதுவும் இல்லையென்றாலும்
அறையின் மூலைகளை என்னுடையவைகளாக நான்
உணர்ந்தேன்
இருந்திருந்து எப்போதோ முன் திண்ணைக்கு வரும்போது
அங்கு யாரேனும் இருந்தால் பின்சென்று
யாரேனும் வரும் காலடி ஓசை கேட்டால்
என் மூலைக்குத் திரும்புவேன்
அந்த மூலையின் இருளும் நானுமாய்
சுடர்விடும் என் உயிரின் மீட்சிக்காய்
எங்கள் கற்பனை உலகுகளை
நாங்கள் படைத்து வைத்துக் கொண்டு யோசித்தோம்
அந்த உலகின் வண்ணங்கள்
வானத்தின் விற்கள் அறியமுடியாதவை
அந்த உலகின் அற்புதங்கள்
யாராலும் நிகழ்த்திக் காட்ட முடியாதது
அப்போது நான் முகம் பார்த்த கண்ணாடியில்
சோகம் கவ்விக் கொண்டிருந்தது
அப்போது என் கண்கள் வறண்டிருந்தன
பேச்சு திக்கிற்று
சொற்கள் என் நாவைப் புறக்கணித்தன
பிரம்புக் கூடை போன்ற
நெஞ்சுக் கூட்டில்
மூச்சின் திணறல் நின்று நிலைத்திருந்தது
என்னை ஒடுக்கும் ஆயத்தம்
இருளின் செழுமை சேர்த்து
ரகசிய அறைகளில் நெசவாகிக் கொண்டிருக்கும்
கற்பனையில் நான் திணறினேன்
அப்போது நான் அழுததில்லை

அழுவதும் ஒருக்கால் ஒடுக்கத்தின் தளர்ச்சியாக இருக்கலாம்
அந்த தளர்ச்சிகூட எனக்கு இல்லாமல் இருந்திருக்கலாம்
உண்ணாமல் உயிர் தரிக்க முடியாது என்றாலும்
இருந்து உண்டதை நான் ஒருபோதும் உணர்ந்ததில்லை
நான் இருந்தேன்
இருந்து கொண்டிருந்தேன் என்பதிலும் சந்தேகமில்லை
என் நுரையீரல்கள் பிராணன் பிரித்தெடுத்தன
நான் அதிசயமாய் பார்த்தேன்
எனக்குப் பார்க்க இருந்து கொண்டிருந்தன
பார்த்தவை என் மூளை மேகங்களில் அப்பி
மனதின் கண்ணீரில் கரைந்தன
என் சித்திரங்களை எனக்குத் தொட முடியவில்லை
என் உயிர் எரிந்து கொண்டிருந்த விளக்குக்கு
யார் ஊற்றியது எண்ணெய் என்பது
எனக்குத் தெரியவில்லை
எண்ணெயின்றி என் உயிர் பரப்பிய மங்கல ஒளியை
என் உயிர் உண்டு எரிந்து கொண்டிருந்தது.

●

அந்தக் கொடி
அச்சங்கொண்டு அல்லாடுவதைக் கண்டேன்
அதன் உடலில் பீதி படர்ந்திருக்கிறது
'காற்றுத்தான்; பயப்பட ஏதுமில்லை'
எனத் தேற்ற முயன்றேன்.
'இந்த அலைக்கழிப்பு எனக்குத் தெரியாது;
தாயுடன் இணைந்து நிற்கும் கனவுகள் எனக்கு'
என்றது அந்தக் கொடி.
காலந்தோறும் தொடர்ந்து வரும் இந்தக் கனவுகள்
மீண்டும் நினைப்பும் நிஜமும் கொள்ளும் அந்த
வித்தியாசம்
முடிவற்ற அந்தச் சுருள்
அளவற்ற அதன் ஆழம்
பனியில் புதைந்து கிடக்கும் அதன் தூரம்
இவ்வாறு நான் சொற்கள் கட்டி வரும்போது
பெருங்காற்று மீண்டும் அடிக்க
கொடி ஆடிச் சரிந்து பதறித் துடித்தது.
இயற்கையின் முன் பங்கற்று நிற்கும் நான்
வெட்கத்துடன் விலகிச் சென்றேன்.
மறுநாள் சென்ற போது
தன் உடலை தாயின் உடலில்
சுற்றிக்கொண்டு நிற்கிறது அந்தக் கொடி.

30.12.1993

காற்றடிப்பது எனக்குக் கவலையைத் தருகிறது
காலடிச் சுவடிகளை அழிக்கும் அந்தக் காற்று
என் முன் சென்ற நண்பனின்
(இப்போது அவன் நண்பன்தானா?)
காலடிச் சுவடுகள் காற்றில் கரைகின்றன
என்னைத் தன்னுடன் அழைத்துச் செல்ல மறுத்த
அவன் காலடிச் சுவடுகளின் மீதான
என் பயணத்தைக் காற்று அழிக்கிறது
எங்கள் நட்பைக் காற்று அழிக்கிறது

நானும்
என் நண்பனைப் போல்
போய்ச் சேர வேண்டும் என்று நினைப்பது
என்ன தவறு.
காற்று ஏன் என்னை
புரிந்து கொள்ள மறுக்கிறது?
சுவடுகளை அழிக்க மறுத்து
அலைகள் பின்னகர்ந்து போவது
ஏன் இந்தக் காற்றுக்குத் தெரியவில்லை?
காற்றில் என் பாதை அழிகிறது.

9.1.1994

இன்று அதிகாலை வாசல் கதவைத் திறந்தபோது
எதிரே சீரழிவின் துள்ளி மறியும் கோலம் ஒன்று
நின்று துள்ளிக்கொண்டிருந்தது
வாயில் வசை
ஒற்றை வசை
சொல்லிச் சுவைத்துச் சுவைத்துச் சொல்லியதில்
என்றோ பழசாகிப் போன வசை
வசையைத் தவிர்த்து
விவாதிப்போம் என
என்னால் சொல்ல இயலாது
அந்தக் காலம் அல்ல இப்போது
என்பது எனக்குத் தெரியும்.
புதிய வசை போட்டுப் பேச முடியுமா
சிறிது புத்துணர்ச்சி தர இயலுமா.

23.2.1994

என் துக்கத்திற்கு விடுமுறை இல்லை என்பதறிவேன்
இருப்பினும் அது சற்றுத் தூங்கினால்
நானும் சற்றுத் தூங்க முடியும்
அதன் விழிப்பு என்னை வதைக்கிறது
சற்று விட்டுப் பிடி என்று சொல்லவும் எனக்குத்
தெரியவில்லை
இருந்தாலும் இப்போதும் சிரிக்க முயல்கிறேன்

என் துக்கத்திற்கு விடுமுறை இல்லையென்பதை
உணர்ந்துவிட்டேன்
இருந்தாலும் அது சற்று ஓய்வெடுத்துக் கொண்டால்
அந்நேரம் நானும் ஓய்வெடுத்துக்கொள்ள முடியும்
தூங்கினால் நானும் தூங்க முடியும்
இருப்பினும் சிரிக்க முயல்கிறேன்
சில சமயம் வெளியே போகிறேன்
இனம்கூற முடியாத ஏதோ ஒன்று நெற்றிப்பொட்டை
சதா தாக்கிக்கொண்டிருக்கிறது
சுமை களைந்து நிற்க மனம் ஏங்குகிறது
மாலையில் சூரியன் மறையும்போது
தனி அறையில் அமர்ந்திருக்கிறேன்
இதற்கு மேல் தாக்குப்பிடிக்க முடியாது என்கிறேன்
என்னைத் தவிர இங்கு வேறு எவருமில்லை
எனச் சொல்லிச் சிரிக்கிறது துக்கம்.

24.1.1995

ரோடு என்ஜின் பணியில் இல்லாமல்
யாத்திரையில் இருக்கும் சத்தம்.
கடின உழைப்பாளி என்றாலும்
மந்தப் பயணி என்பதால் நீண்ட நேரம்
கேட்கக் கிடைத்தது.
சிறுவயதிலிருந்தே அதன் மீது
தீராத காதல் எனக்குண்டு
அதைப்பற்றி காலத்தின் போக்கில்
அபிப்பிராயங்கள் சிறிது சிறிதாக
மாறி வந்திருக்கும்போது
இளமையில் நான் கொண்ட
பிரியம் இன்றும்
அப்படியே இருக்கிறது.
இப்போது முதுமையில் நோயுற்றுக்
கிடக்கும்போது அதன் சத்தம் மட்டும்
என்னை வந்து சேருகிறது
என் மனம் அதன் மந்த கதியைத்
தொடர்ந்து சென்று கொண்டிருக்கிறது.

17.6.1996

இயற்கையின் சுயம்

என் தந்தையின்
மறைவு நிகழ்ந்த அவர் வயதில்
இன்று நான் நுழைகிறேன்
நகல் செய்வதில்
இயற்கைக்கு நோக்கம்
இருக்காது என்பதுதான்
இப்போதைக்கு என் ஆறுதல்.

அன்று காலை என் தந்தை
முகச்சவரம் முடித்து
வழவழப்பான தன் வலது கன்னத்தை
இடது கை விரல்கள்
பிசைந்து ரசிக்க
பின்திண்ணைச் சாய்வு நாற்காலியில் அமர்ந்தபோது
'ஹிந்து' வந்தாச்சா என்று கேட்டார்.
முன் திண்ணையில் மடிப்புக் குலையாத
தினசரியை நான் எடுத்ததும்
தலைப்புகளில் என் மனம் ஆழ்ந்ததில்
நடையும் இடைவிட்ட நகர்வாகிப் போக
பின்திண்ணை வந்தபின்பும்
சாய்வு நாற்காலியின் முன்
என் உடல் உறைந்து போயிற்று
சில நிமிடங்கள்.

தன் நாளிதழை
தான் படிப்பதற்கு முன்
மற்றொருவர் படிக்கக் கண்டால்
ரத்தக் கொதிப்பேறும் என் தந்தையின்
முகம் மனத்தில் பளிச்சிட
குற்றவுணர்ச்சியுடன் அவசரமாக
'இதோ அப்பா' என்று நீட்டினேன்
சாய்வு நாற்காலியில்
என் தந்தை
உடல் சரிந்து முகம் தொங்கக்
கிடந்தார்.
உதட்டோரம் நுரை.
இன்று காலை
முகச் சவரம் செய்து கொண்டேன்.
என்னையறியாமல்
என் வலது கை இடது கன்னத்திற்குச்
சென்றிருந்தது.

25.8.1996

கனவில்
எனக்கு நானே இட்டுக்கொண்ட அக்கட்டளை
விழித்து
என் ரத்தத்தில் கரையத் தொடங்கியபின்
நண்ப, எனக்கு உறக்கமில்லை.
இன்று நான் எழுதிவரும் கவிதைகள்
இனி எனக்கு வேண்டாம் என
நண்ப, நான் சொல்லும்படி ஆகிவிட்டது கனவில்.
இப்போது என் கைக்கிளி புள்ளியாய் அடிவானத்தில்
மறைய
வெறுங்கையுடன் நிற்கிறேன்
என் கடைசிக் கவிதையை
என் மரணம் தீர்மானிப்பதை விட்டு
என் இருப்பு தீர்மானிப்பது
நண்ப, இனி நான் என்ன சொல்ல.

21.9.1996

அவன் முகத்தில் வழிந்த துயரத்தைக் கவனித்தேன்.
இருந்தாலும் அவன் சிரித்தான்
உண்டான்; உறங்கினான்
காலம் வரும் என்றான்
தன்னையும் ஒரு பெண் விரும்பக்கூடும் என்றான்
யாருக்கு இல்லை மரணம் என்றான்
காய்ந்த சருகு சலசலக்கும்
புகைந்தெரியும்
பச்சை இலை காய்ந்து உதிரும்
எப்போதும் இப்படித்தான் என்றான்
ஆற்ற எனக்குப் பணிகள்
தீர்க்க எனக்குப் பழி
பொருக்காடப் புண்கள்
மனதிற்குள் கொன்று குவிக்க
நண்பர்களான எதிரிகள்
முத்தமிட உதடுகளின் குவிப்பு
யாருக்குத்தான் இல்லை என்றான்
அவன் வந்து போன பின்பு
மீண்டும் வருவான் என்று
நான் காத்திருந்தபோது
நான் இறந்து போனதாக என் தாய்
என் தந்தையிடம் கூறியிருக்கிறாள்.

21.9.1996
சாந்தாக்ரூஸ்

மீண்டும் பாலம் பற்றியெரிவதைக் கண்டேன்
யார் கட்டிய பாலம்?
யார் யார் பயன்படுத்தியது?
அது இணைத்த உறவு
கலாச்சாரம், கண்ணீர்
அந்தப் பாலத்தின் குழந்தைகள்
அது எழுதி முடித்த வரலாற்றின் பக்கங்கள்
ஒரு பொறி எரித்தது அனைத்தையும்
பொறி அறியுமா உறவின் வியாபகம்
உறவின் ஆழம்
உறவுதான் வரலாறு என்பது
பொறிக்குத் தெரியாதது
என் கைகளுக்குத் தெரியவில்லை?

21.9.1996

மனதுக்குச் செவி சாய்த்து
உறங்காது கிடந்த போது
படைப்புக் கண்ணின் இமைகள்
துடிக்காது இறுகுவதை உணர்ந்து
நடுங்கினேன்.
இனி எப்போதேனும்
அந்த இமைகள்
துடிக்குமா?
கனம் மனதில்
இறங்கிற்று.
மற்றொரு நாள்
மனதுக்குச் செவி சாய்த்து
மீண்டும் உறங்காது கிடந்தபோது
சலனமற்ற தடாகத்தில்
நீரின் மொக்குகள்போல்
குமிழிகள் பூத்துக் குலுங்குவதைக்
கவனித்தேன்.
நீரின் வளம்
காற்றின் சலனம்
படரும் ஒளி
குமிழிகளின் மலர்ச்சி
பின் அவற்றின் மறைவு
இயற்கையின் இமைகள்
துடிக்கின்றன.

14.5.1999

சாந்தாக்ரூஸ்

எந்த விதம் மாற்றி அமைக்க இந்த உலகத்தை என்று
                                        கேட்டேன்
எந்த விதம் என்று கேட்டேன்
எந்த விதம் அழிக்க இந்த உலகத்தை என்று கேட்டேன்
எந்த விதம் என்று கேட்டேன்
அழுகிய பின்பும் அழிய ஏன் காலதாமதம் என்று கேட்டேன்
அழுக இன்னும் பாக்கி இருக்கா என்று கேட்டேன்
புத்திசாலி இல்லை நான்
மாற்றும் வழிகள் கற்று மீண்டும் கற்று ஏமாந்துபோனேன்

●

நோய்க்கும் உறக்கத்திற்கும்
முக்கியமாக பகற்கனவுக்கும்
ஒதுக்க வேண்டிய நேரம்
இவற்றை எண்ணி
மீண்டும் எண்ணி
இந்த எண்ணமே ஒரு மனவியாதியாகி
உழன்றுகொண்டிருப்பதால் என்ன பயன்?
ஆயுள் ஆயிரம் என்றாலும்
மிச்சங்கள் இருக்கும் மலைபோல்.
வாழ்ந்து கொண்டிருப்பது முக்கியம்
கிடைத்தவற்றை
முடிந்தவற்றை
பொறிகள் வியப்புடன் கண்டு
நக்கிச் சுவைத்து
சீரணத்திற்கேற்ப
மென்று உண்பது
முக்கியம்.
உலகம் சட்டென விரிந்து
என்னை நிலைகுலைய வைக்கிறது.

●

சுந்தர ராமசாமி கவிதைகள்

பேருந்தில் இருந்து புறப்படும் நேரம்
படிக்கட்டில் நின்றுகொண்டிருந்த கிழவர்
தெருவில் உதிர்ந்தார்.
பேருந்து சென்று கொண்டிருக்கிறது.
பலரும் உதிர்ந்திருக்கிறார்கள்.
வயிற்றுப் போக்கில் அந்தக் குழந்தை இறந்தது உடல்நீர்
குறைந்து

ஓவியங்கள் ஒரு கோடிக்கு விற்கின்றன
ஒரு கோடிக்கு நடிக்கிறான் அந்த நடிகன்
சுருட்டும் ஜேபிகளில் கோடிகள் கரைகின்றன
அந்தச் சிறுமியின் கண் பார்வையை இழந்தது.
ஏதோ ஒரு சொட்டு மருந்து
அவளுடைய கண்ணொளியைத் தக்க வைத்திருக்கும்
அரசியல் வேசிகள் அம்மணமாக ஆடிக்குதிக்கிறார்கள்.
அவள் தேடிச் சென்ற போது அடுத்த ஊருக்குச் சென்றார்
நடுவில் எழுந்திராமல் சுகம் காணும் காலம்
அவளுக்கு வரும்
அவளுடைய காலம் அவளுக்கு வரும்
சிதை நெருப்புக்கு
சடலம் எனக்கு
இருந்தால் உடல் கொண்டால் பிணம்
சிதைகள் பற்றி எரிந்துகொண்டிருக்கின்றன
மனிதன் மனிதனைத் தாக்கிக் கொண்டிருக்கிறான்
கற்பழிப்புக் கலை என்ற புத்தகம் நிறைய விற்கிறது
பொதுக்கூட்டத்தில் கத்திப் பேசியவன் மயக்கம் போட்டு
விழுந்தான்
அண்ணே இறந்து போகிறேன் என்று சொல்லிவிட்டு
இறந்து போனான்
அவனுக்குச் சிலை வைக்க நிலம் ஆர்ஜிதம் செய்தாயிற்று
அவன் விதவை அவன் சிலைக்கு மாலை அணிவித்தாள்
மாலை அணிவித்தபோது அழுதாள்.
அவளுடைய கண்களில் திரவபதார்த்தம்
சேலை வாங்கச் சென்ற பெண்கள் நெரிசலில் இறந்து
போனார்கள்
இறந்து பெண்களை மிதித்துக் கொண்டு பலர் சேலை
வாங்கப் போனார்கள்
அவர்கள் வாங்கிய பொதிகளில் அம்மணம் இருந்தது.

இனி இந்த உலகை அழிப்பதைத் தவிர செய்ய எதுவும்
இல்லை
பாலை வனங்களில் சோலைகள் எதுவும் இல்லை
புனல்கள் இல்லை.
ஊற்றுக்கள் வற்றிப் போய்விட்டன.
ஒருவன் தன் தலை மயிரை
தானே சிரைத்துக் கொள்வதைக் கண்டேன்.
ஊர்ப் பெண்கள் அழுதார்கள்
அழுத பெண்களைப் பார்த்து அவள் சிரித்தாள்
வாகனம் ஏறிய கிழவன்
தெருவில் மூர்ச்சையயற்றுக் கிடக்கிறான்
வாகனத்தின் எண்ணை ஒருவர்
மனதில் குறித்துக்கொண்டது ஆகப்பெரிய நுட்பம்
ஆனால் தொலைபேசி வேலை செய்யவில்லை
அவசர எண்களில் தொலைபேசி வேலை செய்யவில்லை
சேமிப்புக் கிடங்குகளில் இரத்தம்
வெறும் நீராக மாறியிருந்தது
கொசுப் பிடுங்கல் தாங்க முடியாமல்
நானறிந்த கிழவர்
தற்கொலை செய்து கொண்டார்
நீங்கள் நம்பாத போதும்
அவர் உயிருடன் இல்லை.

●

சமையல் முடியும் நேரம்
அவசரமென்றார்
இதோ என்றாள்
ஆக்கப் பொறுத்தால் ஆறப் பொறுக்க வேண்டாமா என்றாள்.
இனி பொறுத்தால் ஆறி விடுவேன் என்றார்.
நுனியிலை சுவரோரம் போட்டாள் (நுனியின்றி அவர்
                                          சாப்பிட்டதில்லை)
சுக்கு நீர் வைத்தாள் (வெறும் நீர் குடித்ததில்லை)
முகம் கழுவி தலை சீவி முடிந்துகொண்டாள்
(பரிமாறும்போது பளிச்செ்று இருக்க வேண்டும்)
குங்குமப் பொட்டு வைத்துக் கொண்டாள் (வியர்வையில்
                                 கரைந்த பொட்டு ஆகாது)
கிச்சடி போட்டாள்
தொட்டு நக்கினார்
உப்பு மட்டு என்றார்
நல்லவேளை நூக்கல் இல்லை என்றார்
நொடியில் சரி செய்தாள்
நாக்கை வெளியே நீட்டி ஒரு சொட்டு விட்டுப் பார்த்தார்
கண்ணை மூடிக்கொண்டு சப்புக் கொட்டினார்
கணக்கா இருக்கு என்று தனியாக விட்டார்
பாருங்கோ என்றாள்
என்னாச்சு என்றார்
பதறத் தொடங்கினாள்.

●

புதுமைப்பித்தனை அறிவீர்களா என்று கேட்டேன்
ஆஹா அறிவேன் என்றவர்
சில திரைப்பட பாடல்களை முனகியவாறு
புலமைப்பித்தன் அற்புதமானவர் என்றார்
உருக்கம் தணிய வெகு நேரம் ஆயிற்று.

●

வரப்போகும் வெற்றி

இப்போதைக்கு விடை பெற்றுக் கொள்கிறேன்
ஆனால் வருவேன் மீண்டும்.
வருவேன் என்று என் முன் சொன்னவன்
வந்த பின்பு வருவேன் நானும்.
ஏனெனில், கண்ணே, அப்போதுதான்
மறைவு மரணமல்ல என்பது
உனக்கும் சரி, உங்களுக்கும் சரி
ருஜுப்பட்டிருக்கும்.
அது வரையிலும், கண்ணே,
என் பேனாவைக் கொஞ்சம் காப்பாற்று உலராமல்.
மீண்டும் உன்னைப் பற்றி
கவிதை ஒன்று எழுதி
உன்னிடமே தருகிறேன்.
ஆக அதிசயமாக
இருக்கும் அது.
இன்று வரையிலும் உன் அன்பைச் சொல்வதில்
தோல்வியே தொடர்கிறது.
அப்படி இராது, அப்போது.

●

மாறி வரும் காலம்

விவாதத்திற்குப் பதில் அபவாதம்
சாரத்திற்குப் பதில் காரம்
பேச்சுக்குப் பதில் வீச்சு
கருத்துக்குப் பதில் வசை
எழுத்தாணிக்குப் பதில் வெறும் ஆணி.

●

மன்னிக்க வேண்டும்
என் அழைப்பை ஏற்றுத்தான் நீர் வந்தீர்
வந்த வேளையோ நான் குறித்த நேரம்
மன்னிக்க வேண்டும்
என்ன செய்வது என்று தெரியவில்லை
கண்ணாடி சன்னல்கள் வழியாக உம்மைப் பார்க்கிறேன்
அழைப்பு மணியை நீர் பலமுறை அழுத்தி ஆயிற்று
வியப்புடன் என் முகத்தைப் பார்க்கிறீர்
மன்னிக்க வேண்டும்
கதவின் தாழை
எனக்குத் திறக்கத் தெரியவில்லை
மீண்டும் மீண்டும்
அன்புடன் ஆதரவுடன்
கோபத்தில் வன்முறை பீறிட
திறந்து பார்த்து விட்டேன்
எனக்கு விளங்காத சூட்சுமம்
எங்கு ஒட்டிக் கொண்டிருக்கிறது
என்பது எனக்குத் தெரியவில்லை
என் பின்னணியில் வேறு கதவுகள்; வேறு தாழ்கள்
வேறு சன்னல்கள்; முற்றிலும் வேறு ஒவ்வொன்றும்
கடல் தாண்டி வந்த நிமிஷத்திலிருந்து
பதற்றம் என் நிதானத்தைக் குலைத்துக் கொண்டிருக்கிறது
சிறு துகள்களாய் என் மூளை சிதறித் துள்ளுகிறது
எனக்குத் தெரியும் வெளியில் கடும் குளிர் என்பது
தாண்டி வந்திருக்கும் தூரம் கணிசம்
உங்களுக்கோ பொழுது என்பது உயிர்
உங்கள் முகம் சுண்டிச் சுருங்குகிறது
என் பிரச்சினை சிறியது;
உருவாகும் தடைகளோ பெரியவை
விளக்கினாலும் எட்டச் செய்ய முடியவில்லை
பொறுமையிழந்து
விசனம் கவ்வ
திரும்பிச் சென்றீர்
என் தலையைக் கதவில் முட்டிக் கொண்ட ஓசையேனும்
உங்கள் காதில் விழுந்ததா?

●

நீந்தி நீந்திக் கைசோர்ந்தபோது
தொலைவில் இப்போது தென்படுவதுகூட
மீண்டும் கரையாக இல்லாமல்
கரைபோல் இருப்பதில்
சோர்ந்து போகின்றன என் கைகள்
நீந்தத் தொடங்கிய பின்
நீரில் கரைந்த காலமும் கொஞ்சமல்ல
என் உடலுக்கோ
முன்போல் இப்போது வலிமையில்லை
குளிரைத் தாங்க
முன்போல் குருதித் துடிப்பில்லை
நீச்சலில் ஓய்வு என்பது எப்போதுமில்லை
தெரியும் கரைகூட
கரை போல் தெரிவதில்
மனம் சோர்ந்து போகிறது.

●

குளிர் அலைகளின் முகம்

கடல் கடந்த அந்த ஊரில்
கடலலைகளுக்கு என் பாதம் தந்து நிற்கிறேன்.
(இந்த அலைகளுக்கு இங்கு என்ன குளிர்!)
அப்போது என் பாதங்கள் வழியாக
என் மீது தழுவி ஏறும்
அந்த நீர்க்கொடிகளிடம் சொன்னேன்:
'எங்களூர் கடலலைகளை
சிறுவயதிலிருந்தே நேசித்து வந்திருக்கிறேன்
அவற்றை நான் தேடிச் சென்றுகொண்டே இருந்தேன்
அவற்றுடன் நான் இருந்தபோது
காலம் எனக்குத் தெரியவில்லை
என்னைக் கண்டதும் அவை ஆனந்தம்கொண்டு
ஓடோடி வந்து என் பாதம் கவ்வி
சரசரவென என் உடல் மீது பற்றிப் படரும்.
இப்போது நினைத்துப் பார்க்கும்போது
பிரிவு என்னை வருத்துகிறது.'

அந்த அலைகள் சொல்லிற்று:
'இவ்வளவு நாட்கள் பழகிய பின்பும்
எங்கள் முகங்கள்கூட அறியாமல் நீங்கள் இருந்திருப்பது
எங்களுக்குப் பெரும் ஏமாற்றத்தைத் தருகிறது
தெரியவில்லையா,
அவைதாமே நாங்கள்.

●

மீண்டும் இறந்தேன் நேற்று
நடுநெஞ்சில் அவலம் பீறிட்டது
இசை என்பது அவசரம்
கலை என்பது கொலை
அன்பு என்பது ஆபத்து
வானவில்லின் பிரதிபலிப்பு சாக்கடையில்
கொடுமையின் கோரம் கூற சொல்லில்லை
எவருக்கும் ஆடையில்லை
எதுவும் அழுக மிச்சமில்லை
சதா ஒரு சத்தம்
செவிப்பறையைத் துளைக்கும் இரைச்சல்
சந்தடி; அவலங்களின் கோலங்கள்
விடிந்தால் இறப்பு என்றாகிவிட்டது
பார்த்தல், படித்தல், இறத்தல்
கவிதை எளிமை இல்லை
எழுத யாரும் முற்படலாம்
கூடி வருவதில்லை
கவிதை காத்திருக்கும் கலை
அது வரும் கதவு சாத்தியிருக்கும் போது
திறக்காதது பற்றி பிரச்சினையில்லாதது
திறந்தே காத்திருந்த போது
அது ஒரு போதும் வந்ததில்லை.

●

என்னை அழைக்கிறது அந்த அடிவானம்
நான் உணர்ச்சிக் கடலில் துடுப்பு பிடிக்கும்போது
முன்னகர்த்தி என்னை வீசும் இந்த அலைகடல்
பின்னகர்த்தி என்னைச் சரிக்கும்போது
என் பயணத்தின் பயனை
எனக்கு அளக்கத் தெரிவதில்லை
நாளாகிற்று கரை மறைந்து
முகங்கள், உறவுகள்
என்னை எப்போதும் ஆட்படுத்தும் அந்த இலைகளின்
அசைவுகள்

ஆழத்தின் அழகை என் மனதில் பாய்ச்சிய
பள்ளத்தாக்குகளின் கரிய நிழல்கள்
இவை பின்னகர்ந்து நாளாயிற்று
இப்போது இருப்பது உள் நின்றெரியும் ஒரு சுடர்
பார்வை குத்திய அடிவானத் திகைப்பு
என் தாய் போல் காற்று
அழைத்துச் செல்லும் அது
அலை என்பது காற்றின் வடிவம்
என் சுடர் நின்றெரிய வேண்டும்
அது அணைந்து போனால்
என் தோணி போய்ச் சேரும்

●

குளங்களின் அடிவயிறுகளைக் காண எனக்கு ஒரு போதும்
விருப்பமில்லை
அவற்றின் துக்க வெடிப்பு உயிரேந்தி உயிரேந்தி ஓட்டாமல்
தொங்கும் சருமம்
தாய்மை உலர்ந்த கதறல்
மரணத்தில் வறண்ட நாவுகள்
இவற்றை ஒருபோதும் நான் பார்க்க விரும்பவில்லை
குளம் என்பது நீரின் தொட்டில்.

●

பாதி படித்து முடிக்காமல் விட்ட நூல்கள்
என்னை துணுக்குறச் செய்கின்றன
பாதி முடித்து படிக்காமல் விட்டவை
என்னை அலைக்கழிக்கின்றன
முற்றும் படித்து முற்றும் முடிக்க
புதிய கலைகள் தேடிச் சென்று
பாதி படித்து பாதி முடித்து
நிர்க்கதியாய் நின்று
மாற்றி எழுத புதியவை தேடி
புதியவை மாற்றம் இல்லை என உறுதிப்படுத்தி
பாதி படித்து பாதி முடித்து
படித்தவை முடிக்காமலும் முடித்தவை படிக்காமலும்

●

பண்பாடு

சாற்றிக் கிடக்கும் கடைத் திண்ணையில் ஒருவன் இறந்து
கிடப்பதை பார்த்தேன்
அவன் தலையிலிருந்து படியிறங்கிச் செல்கின்றன
பேன்கள்

●

 சுந்தர ராமசாமி கவிதைகள்

ஒற்றையடிப் பாதைகளில் நகரும் காற்றை
நான் ஒரு போதும் பார்த்ததில்லை
நான் அறிந்த காற்று சீறும்
சிவக்கும், சினம் கொண்டு தாக்கும்
சில போது கொஞ்சும் மீதூறும் காதலில் அரவணைக்கும்
காதோரம் கிசுகிசுக்கும்
விஷமங்கள் செய்து சிரிக்கும்
ஒற்றையடிப் பாதைகளில் அவற்றை நான் கண்டதில்லை.

●

வீசப்பட்ட வலை ஒன்று என் மேல் கவிழ்ந்தது
நான் கடவுளைத் தேடிச் சென்றுகொண்டிருந்த போது
மீண்டும் அந்தக் கொடிய கரங்கள் கண்களுக்குப்
                              புலப்படவில்லை
மீண்டும் வானத்தின் சதி என்றே நினைத்தேன்.
என்னை விடு என் நிழலை வைத்துக் கொள் என்றேன்
வெண்ணெயைத் திரளும் போது தாழியை உடைக்காதே
நீ இரு உன் நிழல் போகட்டும் என்று கர்சித்தது வானம்
இப்போது நான் மட்டும் கிடக்கிறேன் சிக்குண்டு.

●

என்ன விதம் ஏது விதம் என்று கேட்டேன்
எவ்விதமோ அவ்விதம் என்று பதில் வந்தது
எவ்விதங்கள் இவ்விதங்கள் என்று கூற அடங்குவதில்லை
இவ்விதங்கள் இவ்விதங்களாய் நீடிப்பதுமில்லை
இன்ன விதம் இன்ன விதம் என்று பின்னி வரும் போது
என்ன விதம் என்ன விதம் என்று இழைகள் அழுகின்றன
இன்ன விதம் இன்ன விதம்

●

குழந்தை போல் அழுகிறது அந்தப் பூனை
மனம் துடிக்க அடிவயிறு கலங்குகிறது
மலடிகளை நினைத்து
அழுகிறது அது
மலட்டுத் தனத்தை நினைத்து
படைப்பின் மரணங்களை நினைத்து
மரணமே படைப்பாகிப் போன அவலத்தை நினைத்து
சாரங்கள் ஒதுங்கி சக்கைகள் துள்ளும்
அவலங்கள் நினைத்து அழுகிறது
அறிவாளிகளின் பொய்களை நினைத்து
ஆக்கங்கள் அழிவதை நினைத்து
புரட்சிகள் உருவாகும் சொத்தை உலகங்களை நினைத்து
குழந்தை போல் அழுகிறது அது
என் மனம் துடிக்க என் அடிவயிறு கலங்குகிறது.

●

அதனால் என் நண்பர்கள் இப்போது யார் என்று
கேட்டால்
மீண்டும் அந்த வானத்தின் துண்டு, தென்னையின் தலைகள்
பிரியத்துடன் என்னைத் தேடி வந்து
முழங்கை மயிர் கால்களில் கிசுகிசுக்கும் அந்தத் தென்றல்
காம்பவுண்டு சுவரில் அலுவலகங்களுக்கு விரையும்
அணில்கள்
குயில்களின் இடைவிடாத கூவல்

அதனால் என் நண்பர்கள் இப்போது யார் என்று கேட்டால்
என் தனிமை, என் நேற்றைய நண்பர்களின் நிழல்கள்
நல்ல காலங்களில் நான் நாள்தோறும் படித்த
நினைவில் புதைபட மறுக்கும் சின்னங்கள்

அதனால் என் நண்பர்கள் இப்போது யார் என்று
கேட்டால்
ஒளியில் முயங்கத் துடிக்கும் நான்

●

ஆகவே இப்போது என் நண்பர்கள் யார் எனக் கேட்டால்
இளிக்கும் அந்தப் பறவை
சன்னலில் தெரியும் வானத்தின் துண்டு
சில தென்னந் தலைகள்
மண்ணில் விரையும் பறவைகளின் நிழல்கள்
பாரதியின் வீரியம் பற்றிய நினைப்பு
புதுமைப்பித்தன் மீது அந்தப் பிரியம்
நான் பிறந்த மண்ணில் இன்று அல்லது நாளை
அல்லது சில நூற்றாண்டுகளுக்குப் பின்னரேனும்
உண்மையின் விதைகள் முளைகிடும் கனவு
மதியம் குயில்களின் இடைவிடாத கூவல்
முழங்கை மயிர்கால்களில் கிசுகிசுக்கும் தென்றல்
காம்பவுண்டு சுவர்களில் அலுவலகங்களுக்கு விரையும்
                                        அணில்கள்

ஆகவே இப்போது என் நண்பர்கள் யார் எனக் கேட்டால்
என் தனிமை
குப்பைக் காட்டில் கண்டெடுத்த சில நூல்கள்
மூட்டுவலி
கால்பந்தாட்டம் பற்றி இளமை நினைவுகள்
மீசை அரும்பாத பருவத்தில்
தொலைவில் மின்னல்போல் கண்ட அந்தப் பெண்
(அவள் இப்போது கிழவி)

ஆகவே என் நண்பர்கள் யார் எனக் கேட்டால்
ஆயுள் கிடந்து, என் ஆளுமையின் ஆண்மைச் சிறகுகளும்
                                        விரிந்து

வானம் போல் அவை விகசிக்கும் போது
நான் என்னைத் தேடி வர இருக்கும்
இன்னும் பிறக்காத
எதிர்கால இளைஞர்கள்.

●

 சுந்தர ராமசாமி கவிதைகள்

முடவன் காலிலேயே ஊறும் கொம்புத் தேன் ஒருநாள்
கபோதம் விழிபெற்று கிரந்தங்கள் படிக்கும்
பிரிவின் சுவர்கள் தகர்ந்து
இணையும் மனித வெள்ளம் சுழிக்கும்
அறிவின் சிகரங்கள் சரிந்த குலைவின் அவலத்தில்
சகுஜ மனிதனின் விவேகம் பூக்கும்.
கூடி வாழும் ஒளியில்
சூரியனின் கிரணங்கள் மங்கும்
வெகுதூரம் அந்தக் காலம்.
ஆனால் வெகுதூரத்தில் அந்தக் காலம்.

வெட்டுண்ட மணிக்கட்டில் நகங்கள் முளைத்தால்.

●

காலமே உன் பெயர்

கட்டுடைந்து சிதறுகிறது காலம்
பளிங்குத் தரையில் வீசப்பட்ட பனிக்கட்டிபோல்.
இருக்கையற்ற அதன் அமர்வும்
அசைவற்ற பாதங்களின் சலங்கை ஒலியும்
இதோ இதோ என அருகணையும் விலகலும்
என்னை உவகையில் ஆழ்த்துகிறது

முடிவாக திரியற்ற சுடர் என்று என்று நான் அதை
அழைத்தபோது முகமற்ற புன்னகையாக அது
மாறியிருந்தது
இனி இல்லை சொல் என்று கத்தினேன்
சொல்லிவிட்டாய் என்னைத் தழுவிக் கொண்டது அது.

●

 சுந்தர ராமசாமி கவிதைகள்

ஐசக் நியூட்டன்கண்டு பிடிப்பதற்கு முன்னர்
புவியீர்ப்பு இல்லை என்று நீ வாதிடும் போது
நண்ப, நான் என்ன சொல்ல
இருப்பவை அனைத்தையும் இல்லாத மனம்
ஆட்டிக் குலைக்கிறது என
நண்ப நீ சொல்லும் போது
நான் என்ன சொல்ல
நண்ப நம்பு
நான் ஒரு முட்டாள்
சங்கடம் குழப்பம்

●

திசை மாறிச் சென்று நதி
அந்த ஊரை அடைந்தது
அது ஒழுகிக் கொண்டிருந்தபோது
திசை மாறும் என்றோ
திசை மாறக் கூடுமென்றோ
ஒருவரும் நினைத்திருக்கவில்லை
நதிகள் திசைமாற
மனித சம்மதம் பெறுவதில்லை
திசை மாறி திசை மாறி
ஊரை அழித்து ஊரை உருவாக்கி
கடலில் கரைகிறது நதி.

 சுந்தர ராமசாமி கவிதைகள்

25 09 05

அந்தப் இழந்ததயின் சாந்தை நம்மை
அழைக்கிறது.
இழந்ததயின்
~~அதன்~~ / வடிவம் நம் பார்வையில் புலப்பட வில்லை.

நம் நிலவும், நம் புதரும் நம் பார்வையை
மறைக்கிறது.

நான் சாலோசையால் நம்மை அணைத்துச் சொன்ன
அந்தர் இழந்தத நம்மர் தேடி வருகிறது.

நாம் நம் ஒத்தாப்பை மறைக்க முடியும் உதவி
பேசுபோம்.

கவிதை உருப்பெறும் காட்சிகள்

30.12.93.

சாற்றடிப்பது எனக்குச் சுவலையைத் தருகிறது
என் முன் சென்ற நண்பனில்
(அவனை நண்பன் என்ற அழைக்கலாமா?)
காலடிச் சுவடுகளை சிறகச் சிறக அழிக்கிறது இந்தக் காற்று
என்னை அழைத்துச் செல்ல மறந்த
அவனின் அடிச் சுவடுகளை வைத்து மீது மீறான
கேளிசொல்லும் என் பணத்தை காற்ற அழிக்கிறது
அழிந்து கொண்டிருக்கும் எங்கள் நட்பை
காற்று மேலும் அழிக்கிறது
நண்பனைப் போல்
நான் போய்ச் சேர வேண்டும் என நினைப்பதில்
என்ன தவறு?
காற்று ஏன் அந்த வாய்ப்பை அழிக்க வேண்டும்?
அதில்கள் பின்சேர்ந்து போவது அதற்குத் தெரியவில்லையா?
என் தகுதியை அலைகள் நிரூபிக்கவில்லையா?
காற்றுக்கு என்னைத் தெரியவில்லை
என் தவிப்பு தெரியவில்லை
என் பாதையை அது அழிக்கிறது.

"புதுமைப்பித்தனை அறிவீர்களா" என்று கேட்டேன்
நன்கு அறிவேன் என்று சொல்லி
சில திரைப்பட இன்னிசைகள் தந்த
புலமைப்பித்தனின் பாடல்கள்
அற்புதமானவை என்றார் அவர்.
உருச்சம் நனிய வெகு நேரம் ஆயிற்று.

ப்பராஜயம்
வர~~லாற்றுக்கு~~ வெற்றி

இப்போதைக்கு விடை பெற்றுக் கொள்கிறேன்.
ஆனால் வருவேன் மீண்டும்.
வருவேன் என்று என் முன் சொன்னவன்
வந்த பிறகு வருவேன் நான்.
ஏனெனில், கண்ணே, அப்போதுதான்
மறைவு பிராணம் இல்ல ~~இறப்பு முடிவல்ல~~ என்பது
உனக்கும் சரி, உங்களுக்கும் சரி
ரூஜுப் பட்டிருக்கும்.
அது வரையிலும், கண்ணே,
என் பெ~~ண்ணை~~ ஆசை கொஞ்சம் காப்பாற்ற உலராமல்.
மீண்டும் உன்னைப் பற்றி
கவிதை ஒன்று எழுதி
உள்ளிடமே தருகிறேன்.
ஓ அதிசயமாக
இருக்கும் அது.
இன்று வரையிலும் உன் அன்பைச் சொல்வதில்
தோல்வியின் ~~தொடர்ச்சி~~ தொடர்கிறது.
அப்படி இராது, அப்போத.

கடல் கடந்த ஊரில்
கடலலைகளுக்கு என் பாதம் தந்து நிற்கிறேன்
(எங்கள் குளிர் அலையருக்கு)
அப்போது என் பாதங்கள் வழியாது
என் மீது தழுவி ஏறம்பிந்த நீர்த்தொடிகளிடம் சொன்னேன்:
எங்கள் ஊர் கடலலைகளை
நான் எப்போதும் நேசித்து வந்திருக்கிறேன்
அவற்றை நான் தேடித்தேடி சென்றதற்கு
என்னை தொட்டதும் அவை ஆனந்தம் கொண்டு
என் பாதம் சவ்வி
சரசரவென என் உடல் மீத வற்றி
இப்போது நினைத்துப் பார்க்கும் போது
பிரிவு என்னை வருத்துகிறது.
அந்த அலைகள் சொல்லிற்று:
எவ்வளவு நாட்கள் பழகியும்
எங்கள் முகங்கள் அறியாமல் நீங்கள்
ம் ஏமாற்றத்தைத் தருகிறது
அவதாம் நாங்கள்

ஆகவே இப்போது என் நண்பர்கள் யார் எனக் கேட்டால்
விளிக்கும் அந்த பறவை
சன்னலில் தெரியும் வானத்தை நோக்கி கொண்டு
சில தென்னந் தலைவுகளில்
பாரதியின் வீரியம் பற்றிய
புதுமைப்பித்தன் மீது எப்போதும் கொண்டிருக்கும் பிரியம்

நான் பிறந்த மண்ணில் இன்று அல்லது நாளை
அல்லது சில நூற்றாண்டுகளுக்கு பின்னரேனும்

மதியம் குயில்களின் இடைவிடாத கூகல்
முறுக்கச் மயிர்க்கால்களில் சிசுசுக்கும் தென்றல்
காம்பவுண்டு சுவர்களில் அலுவலகங்களுக்கு விரையும் அணில்கள்

ஆகவே இப்போது என் நண்பர்கள் யார் எனக் கேட்டால்
என் தனிமை
குப்பைக் சாட்டில் கண்டெடுத்த புத்தகங்கள்
ஒட்டுவலி
சால்பந்தாட்டம் பற்றிய நினைவுகள்
மீசை அரும்பாத பருவங்கள்
தொலைவில் சில கணங்கள் கண்ட அந்தப் பெண் (அவள் இப்போது கிழவி)

ஆகவே இப்போது என் நண்பர்கள் யார் எனக் கேட்டால்
உயுள் கிடந்து, எ என் அருமையில் ஆண்மை
வாளம் போல் விகசிக்கும் போது
அணை என்னைத் தேடி வர இருப்பதாக எல்லம்
நான் சற்பலன செய்த கொண்டிருக்கும் இடமோ.

நாக் இறந்தஇம் எக் தலைவிட்டு இறங்கி சென்ற பேக் ஒக்றை
இக்ற அதிகாலை சந்தித்தேக்.
நாக் இறந்தஇம் எக்னை நீ கைவிட்ட முறை
எக்னை வருத்தத்தில் ஆழ்த்திற்ற
அறுபது வருடங்கள் எக்னுடன் இருந்த நீ எக்றேக்
தவறக்கு வருந்துகிறேக்
தலை சாயும் ஏறிக் கொள்கிறேக்
எக்றது பேக்

VASANTHA

7. 5. 99

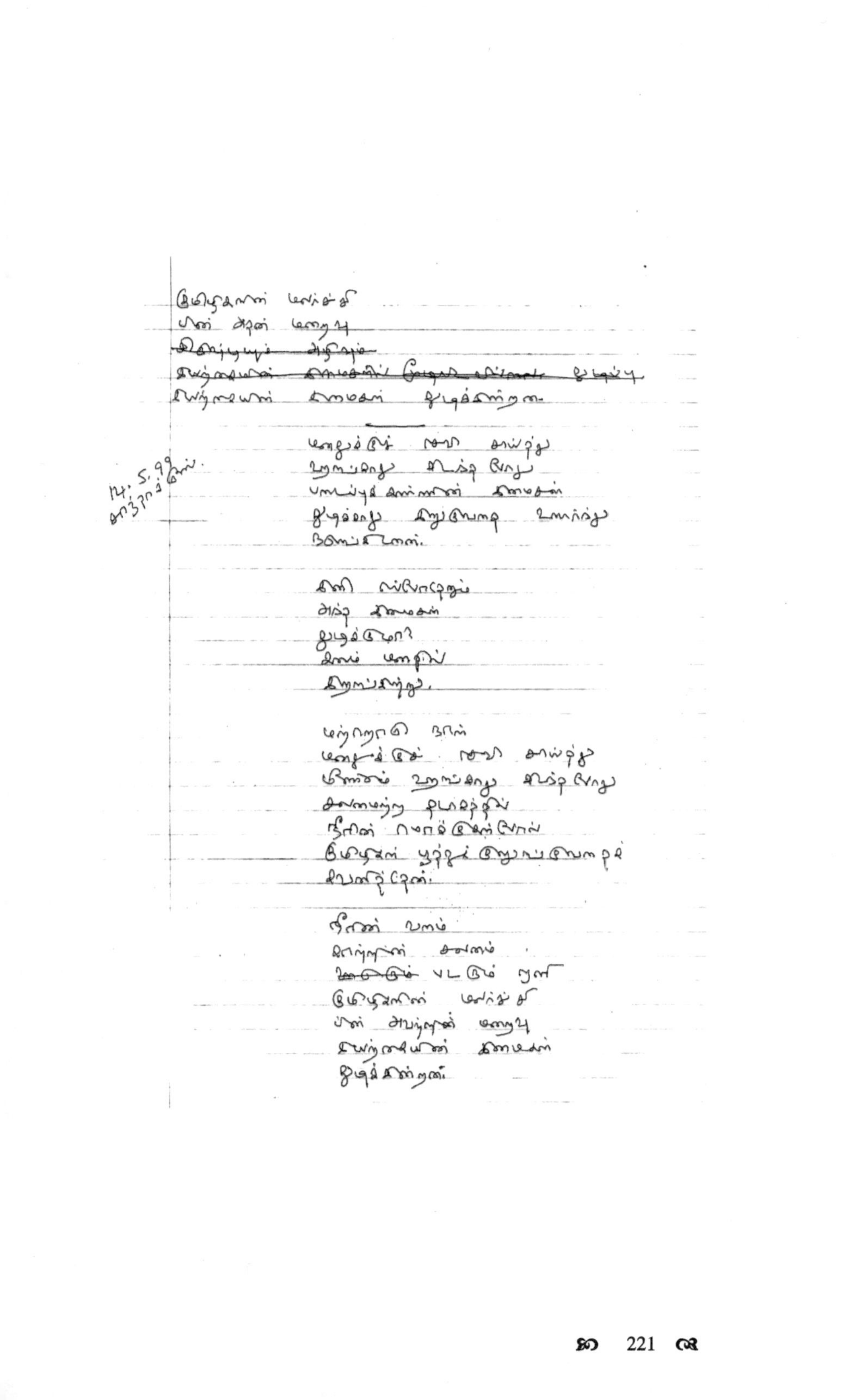

14.5.99 ஞாயிறு.
காந்தார்...

முன்னர் வெளிவந்துள்ள என் கவிதைத் தொகுப்பு களாகிய 'நடுநிசி நாய்கள்', 'யாரோ ஒருவனுக்காக' ஆகியவற்றில் சேர்க்கப்பட்டிருந்த கவிதைகளும் 1987ஆம் ஆண்டிற்குப் பின்னர் நான் எழுதிய கவிதைகளும் இணைந்து '107 கவிதைகள்' என்ற தலைப்பில் இப்போது ஒரே தொகுப்பாக வெளிவருகிறது.

என் நண்பர்களும் நானும் பலமுறை இக்கவிதைகளைப் படித்துப் பார்த்ததன் பின் எளிய திருத்தங்கள் செய்திருக் கிறேன். முக்கியமான திருத்தம் முற்றுப்புள்ளி, கால்புள்ளி, அரைப்புள்ளி, கேள்விக்குறி, ஆச்சரியக்குறி ஆகியவற்றை இயன்ற மட்டும் வெளியே தள்ளியதுதான். தவிர்க்க முடியாதவை என்று தோன்றிய இடங்களில் தக்க வைத்துக்கொண்டும் இருக்கிறேன். இக்குறிகள் மறைந்ததும் கவிதைகள்மீது சிறிது வெளிச்சம் விழுந்தது போன்ற உணர்வு ஏற்பட்டது. அதிக மகிழ்ச்சியைத் தந்தது ஆச்சரியக்குறிகளின் வெளியேற்றம்தான். எழுத ஆரம்பித்த காலத்திலிருந்தே அவற்றுக்கு எதிராக இருந்திருக்கிறேன். இத்திருத்தங்களை வெகுவாகப் பிந்திச் செய்ய நேர்ந்ததில் வெட் கம் ஏற்பட்டது.

கவிதையில் சொற்களை அக்கவிதைக்குரிய வாழ்வை முன்வைத்துப் பிரிப்பதும் இணைப்பதும் கடினமாக இருந்தது. குழப்பமாகவும் இருந்தது. நேற்றைய கவிதைகளோ இன்றைய புலமையோ இப்பிரச்சினையைத் தீர்க்க உதவ முடியும் என்று தோன்றவில்லை. இன்றையக் கவிஞனின் கவனத்தில் இப்பிரச்சினை முன்னிலைப்பட வேண்டும். அதன் மூலம் சில தெளிவுகள் பிறக்கலாம்.

என் கவிதைகளைப் படித்துப் பார்த்து உதவிய நண்பர்கள் என்.ரமணி, எம்.எஸ்., தி.அ. ஸ்ரீநிவாசன், சலபதி. கவிதைகளை ஒழுங்குபடுத்தி அச்சேற்றத்திற்கு உதவியவர்கள் லீலா, மைதிலி, நாகம், லட்சுமி. கவிதையைத் துலக்கும் காரியத்தில் சிறிய உதவி பெரிய உதவி என்று எதுவுமில்லை. சிறிதும் பெரிதுதான் இங்கு. கவிதையின் நுட்பம் அப்படி. இவர்கள் ஆற்றிய பங்கு எப்போதும் என் நினைவில் இருக்க வேண்டும்.

எல்லோருக்கும் என் மனமார்ந்த நன்றி.

பசுவய்யா

('107 கவிதைகள்' தொகுப்பிற்கு சுந்தர ராமசாமி எழுதிய முன் குறிப்பு)

வழிகளும் அடையாளங்களும் சில தனிக்குறிப்புகளும்

தொலைக்காட்சி ஒன்றுக்கு அளித்த நேர்காணலில் கவிதை சார்ந்த தனது முதன்மை யான கருத்தொன்றை சுந்தர ராமசாமி வெளிப் படுத்தியிருந்தார்.

"நான் உரைநடையின் சந்ததி. அதனால் எனது எழுத்துக்கள் உரைநடையில் அமைந்திருக் கின்றன. இதுவே நான் நூறு ஆண்டுகளுக்கு முன்பு பிறந்து வளர்ந்து எழுதியிருந்தால் அன்றைய சமகால வடிவமான கவிதையில் மட்டுமே எழுதியிருப்பேன்."

சுந்தர ராமசாமியின் கவிதை இயலுக்கு ஆதாரமான ஓர் அம்சத்தை இந்தக் கூற்றிலிருந்து பகுத்துக்கொள்ளலாம். உரைநடையின் அதிகபட்சமான சாத்தியங்களைக் கவிதை மொழியின் நுட்பங்களாக மாற்றியவர் அவர். அவரை நவீன மனப்போக்குள்ளவராகத் தொடர்ந்து நிலைநிறுத்தியதும் இந்த அடிப்படை தான். உரைநடையின் கூறுகளைப் பயன்படுத்திக் கவிதையாக்கம் மேற்கொள்ளக் கூடிய வாய்ப்புக்கு இடமில்லாமல் இருந்திருந்தால் ஒரு வேளை சுந்தர ராமசாமி என்ற கவிஞர் உருவாகியிருக்க மாட்டார் என்று சந்தேகப்படுவதும் பிழையா காது. சுந்தர ராமசாமி என்ற கவிஞர் ஒரே சமயத்தில் மொழியடிப்படையிலும் காலம் சார்ந்தும் எதிர்கொண்ட சவாலாக இதைக் கருது கிறேன். சற்று விளக்கமாக இதைப் பார்க்கலாம்.

சுந்தர ராமசாமி கவிதைகள் எழுத முன்வந்தது கவிதைக்கலை புதிய நோக்குக்குக் காத்திருந்த காலப்பகுதியில். புதிய வடிவம் இன்னதாக இருக்குமென்று வரையறுக்க முடியாத நோவின் பதற்றம் கவிந்திருந்த காலம். அதுகாறும் கவிதைப் பரப்பை ஆக்கிரமித்திருந்தவை யாப்பிலக்கணத்தால் கட்டப்பட்ட வடிவங்கள். ஏற்கனவே உருவாக்கப்பட்டுவிட்ட வடிவங்களில் சொற்களைத் திணித்துவிட்டால் கவிதை தயார் என்ற ஆயத்த நிலையில் இருந்தவை. அதனாலேயே நவீன வாழ்வின் நெருக்கடிகள் அவற்றின் பாடுபொருளாகாமற் போயின. பழைய கனவுகள் அவற்றுக்குள் கச்சிதமாகப் பொருந்தியபோது புதிய எதார்த்தங்கள் அவற்றுக்குள் பொருந்தாமல் இறுகின; அல்லது தளர்ந்தன. காரணம், அவை சார்ந்திருந்த மொழி.

நவீன வாழ்க்கை என்பது நவீன மொழியையும் உட்கொண்டது. நவீன மொழி முன்னிருத்தும் அறைகூவல் களை ஆயத்த வடிவங்கள் நம்பகமாக வெளிப்படுத்த இயலாமற்போன நிலையிலேயே புதிய கவிதையின் தேவை உருவானது. நவீன எதார்த்தம் உரைநடை சார்ந்தது என்பதால் புதிய கவிதைமொழி உரைநடையின் கூறுகளை இயல்பாக ஏற்றுக்கொண்டது. அப்பட்டமான உரைநடையல்ல; உரைநடையின் நுணுக்கங்கள் சார்ந்த மொழியையே புதிய கவிதை ஏற்றுக்கொண்டது என்பதை இங்கே அழுத்தமாகக் குறிப்பிடுகிறேன். இந்தப் பிரச்சனையின் எடுத்துக்காட்டாகப் புதுமைப்பித்தனைச் சொல்லலாம். உரைநடை எழுத்தில் காலத்தின் வேண்டுகோளை அநாயாசமாகக் கையாள முடிந்த அவரால் அதே இயல்போடு கவிதையில் செயல்பட முடியவில்லை. அவர் கையாண்ட கவிதை வடிவம் அதிகபட்சமாக அங்கத உணர்வை வெளிப்படுத்துவதில் மட்டுமே வெற்றியடைகிறது. அங்கத உணர்வுக்கு உரிய வடிவமாக அவரது கவிதை மாறிவிடுகிறது. பழைய கவிதை வடிவங்களில் புதிய காலத்தின் பிரச்சனைகளைச் சொல்லும்போது அது தன்னிச்சையாகவே அங்கதமாக மாறிவிடுகிறது என்று டி.எஸ்.இலியட் குறிப்பிடுவது நினைவுக்கு வருகிறது. வேலூர் கந்தசாமிக் கவிராயர் என்ற பெயரில் புதுமைப்பித்தன் எழுதியுள்ள வெண்பாக்கள் இந்தக் கருத்துக்குப் பொருந்தக்கூடிய உதாரணங்கள்.

உரைநடை சார்ந்து இயங்குவதில் எழுதுபவனுக்குள்ள இடையறாத நிர்ப்பந்தம் அவன் தன்னைத் தொடர்ந்து புதுப்பித்துக்கொண்டே முன்னேற வேண்டியிருப்பதுதான். வாழ்வின் கோலங்கள் மாறுவதற்கேற்ப மொழியும் மாறிக் கொண்டிருக்கிறது. காலம் நேற்றைய புதுமைகளை இன்று தள்ளுபடி செய்துகொண்டிருக்கிறது. முன்பு இராத சிக்கல்களும்

கேள்விகளும் முளைத்து நிமிர்கின்றன. இதை எதிர்கொள்ளத் தொடர்ந்து மொழியை நவீனப்படுத்திக்கொண்டே இருக்கவேண்டியிருக்கிறது. இந்தப் பொருளில் தமிழ்க் கவிதைத்தளத்தில் நவீனத்துவவாதியாக இயங்கியவர் சுந்தர ராமசாமி. ஒவ்வொரு கட்டத்திலும் தன்னைக் கடந்து செல்வதையே தனது கவிதையிருப்பின் செயல்பாடாகக் கொண்டிருந்திருக்கிறார் என்பதை உணர முடியும்.

இது கவிதையின் வடிவத்தில் மட்டும் நிகழும் மாற்ற மல்ல; வாழ்வு சார்ந்த உணர்வு நிலையில் ஏற்படும் மாற்றம். சுந்தர ராமசாமியின் ஆரம்ப காலக் கவிதைகளில் ஒன்றான 'மந்த்ரம்' கவிதையை எடுத்துக்காட்டாகக் கொண்டு விளக்கலாம். அந்தக் கவிதையின் வடிவத்தையோ தொனியையோ மரபான ஏதாவது செய்யுள் வடிவத்தில் யோசித்துப் பார்ப்பது கடினம். அந்தக் கவிதை தரும் அனுபவம் காலாவதியான வடிவங்களில் பொருந்தாமற் போவதை எளிதாக அறியமுடியும். காரணம், அந்த உணர்வுநிலை நவீனமானது; புதிய மொழியில் மட்டுமே இயங்கக்கூடியது. ஏறக்குறைய நாற்பத்தைந்து ஆண்டுகளாகக் கவிதையாக்க முயற்சிகளில் ஈடுபட்டிருந்த சுந்தர ராமசாமியின் கவிதை பற்றிய முதன்மையான பார்வை எல்லாக் காலத்திலும் தன்னைப் புதியதாக வைத்துக்கொள்வது என்பதாகவே இருந்தது என்று வரையறுப்பது சரியானதாகவே இருக்கும்.

புனைவெழுத்தைப் போலவே சுந்தர ராமசாமியின் தொடக்க காலக் கவிதைகளில் புதுமைப்பித்தனின் பாதிப்புத் தென்படுவதைச் சமீபத்திய வாசிப்பில் உணர்ந்தேன். சமூகத்தின் மீதான ஒவ்வாமை, அநாயாசமான சொல்லும்முறை, எள்ளலான தொனி ஆகிய கூறுகளுடன் அமைந்தவை இந்தக் கவிதைகள். 'கொள்கை', 'உன்கை நகம்', 'கதவைத் திற', 'பந்தின் கதை' போன்றவற்றில் புதுமைப்பித்தன் குரலின் தூரத்து எதிரொலியைக் கேட்கலாம். எழுபதுகளில் வெளியான கவிதைகளிலிருந்தே சுந்தர ராமசாமியின் கவிதைமொழி உருவாகிறது. தொனியில் ஒற்றுமை கொண்ட இரு கவிதைகள் – 'கொள்கை'யும் 'வித்தியாசமான மியாவும்'. இவ்விரு கவிதைகளும் இலக்கியச் சூழலின் அபத்தங்களை மையப்படுத்துபவை. ஆனால் காலமும் அதையொட்டி மொழியும் அதை ஆதாரமாகக் கொண்டு பார்வையும் வேறுபட்டிருப்பதைக் காணலாம். இந்த அவதானிப்பு சுந்தர ராமசாமி கவிதைகளின் வழியை இனம்காட்டுவதாகக் கருதுகிறேன்.

○

சுந்தர ராமசாமி கவிதையுலகின் இயல்பு அதன் எண்ணிக்கை சார்ந்ததல்ல. வித்தியாசம் சார்ந்தது. நாற்பத்தி

சொச்சம் ஆண்டுகளாக எழுதியும் அவரது கவிதைகளின் எண்ணிக்கை நூற்றுக்கும் சற்றேதான் மேற்பட்டது. எனில் வித்தியாசங்கள் கொண்டது. மூன்று பெரும் பிரிவுகளாக அவற்றை வகைப்படுத்தலாம் என்று தோன்றுகிறது. '107 கவிதைகள்' தொகுப்பை, 'உன் கை நகம்' முதல் 'ஆசுவாசம்' வரை என்றும் 'கண்ணாடி முன் கடவுளையும் சேர்த்து ஒரு புகார்' முதல் 'குருஜி'வரை என்றும் 'பிறப்பின் முதற்கணம்' முதல் 'உங்கள் யோசனை' வரை என்றும் அவற்றின் கவிதைக் குணத்தை வைத்துப் பகுக்கலாம்.

அனுபவத்தின் நுண்மையான தளத்தையே கவிதைக்கான ஆதாரப் பரப்பாக சுந்தர ராமசாமி கருதுகிறார். மனிதச் செயல்பாடுகள் வாழ்க்கையைத் தொடும் கணத்தை விரிவாக்குவதையே கவிதையாக்கமாகக் கொள்கிறார். அனுபவத்தின் சாரமற்ற கணங்களை விலக்குவதில் தொடர்ந்து எச்சரிக்கையாகவும் இருந்துவந்திருக்கிறார். இந்த எச்சரிக்கை யுணர்வே அவரது கவிதைகளின் எண்ணிக்கையைக் கட்டுப் படுத்தியிருக்கிறது. சமயங்களில் படைப்பாக்க மௌனத்துக்கும் காரணமாக இருந்திருக்கிறது.

வாழ்வனுபத்தை அறிதல், உணர்தல், விமர்சித்தல் ஆகிய செயல்களையே சுந்தர ராமசாமி கவிதைகள் படைப்பின் குணாம்சங்களாகக் கொண்டிருக்கின்றன. இதன் அடியோட்டமாக ஒரு கருத்து நிலையும் விரிந்து செல்கிறது. சுந்தர ராமசாமியின் எந்தக் கவிதையை எடுத்துக் கொண்டாலும் இந்தக் குணத்தை இனம் காண முடியும். இந்தக் குணங்கள் தனித்தும் ஒன்றோடொன்று கலந்தும் ஒன்றோடொன்று முரண்பட்டும் கவிதைக்கான தளத்தை உருவாக்குகின்றன.

எதைக் கவிதை என்று சுந்தர ராமசாமி கருதுகிறார்? பிச்சமூர்த்தியின் கலை பற்றிய திறனாய்வில் அவர் முன்வைக்கும் சில கருத்துக்களிலிருந்து கவிதை பற்றிய வரையறையை அறியலாம்.

"கவிதை மனிதத்தன்மையின் குரல். தர்க்கத்தின் குரலோ, விஞ்ஞானத்தின் குரலோ, வேதாந்தத்தின் குரலோ அல்ல... மனிதனின் உணர்வுரீதியான எதிர்வினை உயிர்களின் மதிப்பைச் சார்ந்தும் நிகழ்வதில்லை. உயிர்களுடன் நாம் கொண்டிருக்கும் தொடர்பைச் சார்ந்தே நிகழ்கின்றன." ('ந.பிச்சமூர்த்தியின் கலை: மரபும் மனித நேயமும்'–பக்கம் 57).

சக மனிதர்களுடன் தனது அனுபவத்தைப் பகிர்ந்து கொள்ளும் உயிர்த் தொடர்பாகவே கவிதையைக்

காண்கிறார் என்று குறிப்பிடுவது பொருத்தமற்றதாகாது. அந்தத் தொடர்புகொள்ளலின் தொடர்ச்சியாகவே பிற படைப்பாளிகளின் ஆக்கங்களையும் காண விரும்புகிறார் என்பதைக் கவிதைத் தொகுப்புகளுக்கு அவர் எழுதிய முன்னுரைகளிலும் கவிதை பற்றி அபூர்வமாக எழுதியுள்ள குறிப்புகளிலும் பார்க்க முடியும்.

சுந்தர ராமசாமி கவிதைகளின் பாடுபொருட்கள் சமகால வாழ்வைச் சார்ந்தவை. கடந்த காலத்தின் கீர்த்தியையோ எதிர்காலத்தின் கனவையோ அவை கவிதைப் பொருட்களாகப் பெரும்பாலும் ஏற்பதில்லை. நிகழ்காலத்தின் நடப்பு பற்றியும் அதில் மறைந்திருக்கும் சிக்கல்கள் சிறுமைகள் புதிர்கள் வியப்புகள் ஆகியவற்றையும் அலசுகின்றன. அலசலின் முத்தாய்ப்பாகச் சமகால வாழ்வு சார்ந்த ஒரு கருத்துநிலையை வந்தடைகின்றன. அந்தக் கருத்தாக்க நிலை அவரே குறிப்பிட்டதுபோலக் கோட்பாடுகள் சார்ந்து அமைவதல்ல. 'பசிபிக் கடலோரம்' கவிதையை உதாரணமாகக் கொண்டு இந்தக் கருத்து நிலையாக்கத்தை ஆராயலாம்.

கடலோரம் நடந்து செல்லும்போது மனிதமுகம் போல ஒரு பாறை தென்படுகிறது. கடுகடுப்பிலிருக்கும் ஒரு முகம். அதன் உணர்வற்ற இறுக்கம் உச்சமன்ற நீதிபதிபோலத் தோன்றுகிறது. இந்தத் தற்செயல் காட்சியிலிருந்து உருவாகும் அறிவும் உணர்வும் விரிந்து சமகால நடப்பின் மீதான விமர்சனமாகக் கவிதையில் அனுபவமாகிறது. சட்டத்தை இறுகப் பற்றிக்கொண்டு நீதியை அமல்படுத்தும் அமைப்பு கடலோரக் காட்சிகளின் உயிர்த் தன்மையயைக் கொஞ்சம் கவனித்தால் மனிதத்தன்மை கொண்டதாக மாற முடியும். சட்டம் பின்னகர்ந்து உயிர்களின் தொடர்பு சாத்தியமாகும். இந்த எதிர்வினை தான் கவிதைதரும் அனுபவம். இந்த அனுபவத்திலிருந்து கவிதையை உள்வாங்கிக்கொள்ளும் போது வாழ்வின் துடிப்புள்ள அபூர்வ கணத்தையும் உள்வாங்கிக் கொள்கிறோம்.

அதுபோன்ற ஒரு தருணத்துக்குப் பின்னர் அந்த அனுபவம் மனதில் நிரந்தரமாகிவிடுகிறது. சுந்தர ராமசாமி வார்த்தைகளில் அடையாளப் படுத்துவதென்றால் 'வாழும் கணங்க'ளாகின்றன. 'கன்னியாகுமரியில்', 'விருட்ச மனிதர்கள்', 'இந்த நிழல்', 'என் மலரைத் தேடி', 'உங்கள் யோசனை' முதலான பல கவிதைகள் வாழும் கணங்களின் தீராத அனுபவங்கள்.

பார்வையாளனுக்கும் சூரியனுக்கும் இடையில் வந்து நின்று அஸ்தமனத்தை மறைத்த தன்னிலை அறியாத

ஆட்டுக்குட்டியும், பூமிமீது காலூன்றி நிற்கும் போது நிழல் எங்கிருந்து ஆரம்பிக்கிறது என்று தெரிந்துகொள்ளப் பிடிவாதம் பிடிக்கும் மனமும், மனிதர்கள் மரங்கள்போல் வாழும் காலமும், வெட்ட வெளியில் காத்திருக்கும் மலரும், மட்டையில் தட்டிப் பந்தாடும் கிழவரை மீட்க விருக்கும் எதிர்கால யோசனையும் கவிதையின் படிமத்திலிருந்து விரிந்து வாழ்க்கையின் அனுபவங்களாக மாறிவிட வில்லையென்று சொல்லிவிடக் கூடுமா?

"கவிதையின் அனுபவ மையத்தைப் பிறருக்கு உணர்த்துவது நுட்பமான காரியம். நுட்பமும் மென்மையும் கூடிய உணர்ச்சி, கவிதையின் முதல் தளத்தை ஊன்றிப் பார்க்கும் ஆற்றல், கவிதை கேட்கும் விரிவுக்கு இடம்தரும் வாழ்க்கை அனுபவம், விவேகமான கற்பனை இவை இல்லாமல் ஒரு கவிதையையும் அனுபவிக்க முடியாது. சுய அனுபவம் பெறாமல் கவிதையைப் பிறருக்கு உணர்த்தவும் முடியாது" என்று கவிதை ரசனைக்கான தகுதிகளாக சுந்தர ராமசாமி குறிப்பிடுவனவற்றை அவரது கவிதைகளை நெருங்குவதற்கான யோக்கியதைகளாகவும் பரிந்துரைப்பது தவறில்லை. ஓர் அர்த்தத்தில் எந்தக் கவிதையையும் நெருங்குவதற்கான வாசகத் தகுதியும்கூட.

○

சுந்தர ராமசாமியை ஒரு வாசகனாகவும் பின்னர் அவரது பின்னோனாகவும் நான் தொடர்ந்திருக்கிறேன். அவரது கவிதையை உணர்ந்துகொள்ளவும் எனது கவிதையை விளங்கிக்கொள்ளவும் இந்த உறவு துணையாக இருந்திருக்கிறது. இந்த உறவில் அங்கீகரிப்பும் விமர்சனமும் இழைந்தே முன்னேறியிருக்கின்றன.

ஆரம்ப காலங்களில் சுந்தர ராமசாமியின் 'சவால்' கவிதை ஏற்படுத்திய அதிர்வின் அலைகள் இன்னும் மிஞ்சியிருக்கின்றன. 'அக்கினிக் குஞ்சொன்று கண்டேன்' என்ற வரிகள் தந்த ஆவேசத்துக்குச் சற்றும் குறையாத தீவிர உணர்வைத் தந்தது அந்தக் கவிதை. அதே சமயம் அன்று பெரும் வியப்பைத் தந்த 'மேஸ்திரிகள்', 'தெருப் பாராக்காரருக்கு', 'ஆளற்ற லெவல் கிராசிங்கில்' கவிதைகள் இன்று கனல் அவிந்து நீறாகிவிட்டன.

ஓர் அனுபவத்தைக் கருத்து நிலைக்கு உந்திச் செல்லுவது சுந்தர ராமசாமியின் கவிதையாக்கத்தின் ஒரு செயலம்சம். சில தருணங்களில் அனுபவத்தைப் பின்னுக்குத் தள்ளிவிட்டுக் கருத்துக்கு பிரதான இடத்தைத் தந்து விடுவதையும்

உன்னிப்பாகக் கவனித்திருக்கிறேன். 'மீண்டும் மீண்டும்', 'பறக்கத் துடி' போன்ற கவிதைகள் எடுத்துக்காட்டாகலாம். கவிதையை இலக்கியத்தின் உச்ச வடிவமாக சுந்தர ராமசாமி மதித்திருந்தார். 'ஒரு மொழியில் ஆகப்பெரிய ஆற்றலும் அழகும் கவிதைப் படைப்பிலேயே வெளியாகிறது' என்று குறிப்பிட்டுமிருக்கிறார். சமரசமற்ற, மிகையுணர்ச்சியற்ற கவிதைமொழியையே அவர் கையாளவும் செய்தார். கவிதையைத் திறந்து வாசகன் அவனாகவே மையத்தை அடையும் நுட்பத்தை மொழியில் சாத்தியமாக்கியிருந்தார். அந்த மொழியைத் தொடர்ந்து நவீனப்படுத்த அவரால்மட்டுமே முடிந்திருக்கிறது. இது அவரது சாதனை என்றே கருதுகிறேன். அதை ஏற்கும்போதே கவிதை என்ற பித்துநிலைக்கு இவ்வளவு தர்க்கபூர்வமான மொழி தேவையா என்ற அங்கலாய்ப்பையும் கூடவே கொண்டுமிருக்கிறேன். சுந்தர ராமசாமி கவிதைகள் அனுபவங்களை முதன்மையாகக் கொண்டு அவற்றின் சாரங்களைக் குறித்து விவாதிப்பவை. சமகாலத் தமிழ் வாழ்க்கை நிலைகளைச் சொல்லுபவை. சரி, ஆனால் அவற்றில் இடம், பருவம், கலாச்சார அடையாளங்கள் இடம்பெறுவதில்லை. விதிவிலக்காக, 'கன்யாகுமரியில்', 'தனுவச்சபுரம்' ஆகிய வெகுசில கவிதைகள். கவிதை என்பது கலாச்சார நிகழ்வு என்பதையும் மீறி மேலும் உயர்வான நடவடிக்கை என்று நம்பியிருந்தார் என்று எண்ணுகிறேன்.

கவிதைக்கென்று காலம்காலமாக ஒதுக்கப்பட்டிருக்கும் பொருட்களை மிக எச்சரிக்கையுடன் அவர் புறக்கணித்திருக்கும் துணிவு தமிழில் எந்தக் கவிஞனுக்கும் இல்லாதது. இயற்கை, சமூகம் ஆகிய தளங்களில் சுந்தர ராமசாமி தேர்ந்தெடுக்கும் கவிதை மையங்கள் கவிஞனாக எனக்கு ஒரே சமயத்தில் பொறாமை எழவும் கற்றுக்கொள்ளவும் முன்னுதாரணங்கள். அவரது இயற்கை மனிதனின் உறவால் விகாசம் பெறுவது. அவரது சமூகம் மனிதனின் செயலால் உலுக்கப்படுவது. அதனால் அவரது கவிதை இயற்கையை வழிபாட்டுப் பொருளாகவோ, சமூகத்தைப் பிரச்சாரக் களமாகவோ மாற்றுவதை நிராகரிக்கிறது. கவிதையின் இயல்பு பற்றி அவர் வரையறுத்த அம்சங்களைக் கவனிக்கலாம்:

"கவிதைகள் எண்ணற்ற குணங்கள் சார்ந்து நிற்கலாம். அதன் நோக்கம் சார்ந்து அது மென்மையாகவோ, ஆக்ரோஷமாகவோ, அமைதியை உருவாக்கக்கூடியதாகவோ அல்லது மனத் தொந்தரவுகளைத் தூண்டுவதாகவோ, உள்ளடங்கிய ஓசையைக் கொண்டதாகவோ, ஓசையின் ஆர்ப்பாட்டம் கொண்டதாகவோ இருக்கலாம். உத்தேச விளைவுகளை நோக்கிப் பாயும் பாய்ச்சலே அதன் முதல்

குறிக்கோளாக இருப்பதால் அதன் குறிக்கோள்களுக்கு ஏற்ப அது கோலங்கள் கொள்ளும்" (ந.பிச்சமூர்த்தியின் கலை: மரபும் மனித நேயமும்–பக். 34).

ஒரு கவிஞன் தன்னுடையதல்லாத கவிதைகளை அணுகும்போது கையாளும் அணுகுமுறையை அவனுடைய கவிதைகள் மீது வைக்கும்போது சுணங்கிப்போவது தமிழ்க் கவிதைச் சூழலில் சாதாரணம். மேற்கோள் காட்டிய வரையறைகளைச் சுந்தர ராமசாமியின் கவிதையுலகம் இயல்பாக ஏற்றுக்கொள்ளும்.

சுகுமாரன்